கலைவாணி

ஒரு பாலியல் தொழிலாளியின் கதை!

கலைவாணி

ஒரு பாலியல் தொழிலாளியின் கதை!

எழுத்து வடிவம்

ஜோதி நரசிம்மன்

கிழக்கு

கலைவாணி
Kalaivani
by *Kalaivani, Jothi Narasimman* ©

First Edition: November 2009
144 Pages
Printed at Repro Knowledgecast Limited, Thane.

ISBN 978-81-8493-293-5
Kizhakku - 423

Kizhakku Pathippagam
177/103, First Floor,
Ambal's Building, Lloyds Road
Royapettah, Chennai 600 014.
Ph: +91-44-4200-9603

Email : support@nhm.in
Website : www.nhm.in

Author's Email : thamizhinijothi@gmail.com

Cover Image : © Pudur Saravanan

Kizhakku Pathippagam is an imprint of New Horizon Media Private Limited

சமர்ப்பணம்

அக்கா நாகவள்ளிக்கு

உள்ளே

1. 'கஸ்டமர்' என்கிற கடவுள்! / 9
2. அரசனும் தாலியும் / 22
3. ஆண் துணை! / 34
4. குழந்தைக்கு அப்பா யார்? / 45
5. சிங்கப்பூர் கொடுத்த சீதனம்! / 56
6. உதவிக்கு வந்தவன் / 72
7. வடபழனி டு திருவல்லிக்கேணி / 82
8. மூன்றாவது தாலி! / 94
9. போலீஸ் ரெய்டும் பிடிபட்ட அழகிகளும் / 107
10. காப்பாற்ற வந்த கடவுள்! / 121
11. தாளமுடியாத இழப்பு / 136

1. 'கஸ்டமர்' என்கிற கடவுள்!

புது வருடம் பிறப்பதற்கு இன்னும் ஆறு மணி நேரம் இருந்தது. காற்றில் குளிர் கலந்திருந்தது. இப்போதெல்லாம் மாலை நேரத்திலேயே குளிர ஆரம்பித்து விடுகிறது. போகப் போக உக்கிரம் கொள்கிறது. நான் புடைவைத் தலைப்பை எடுத்துத் தோளோடு சுற்றிக் கொண்டேன். ஆட்டோ டிரைவர் பக்கவாட்டுக் கண்ணாடி வழியாக என்னையே பார்த்துக் கொண்டு இருந்தார்.

நான் செய்வது பாவ காரியம் என்றாலும் பார்க்கிற அத்தனை பேரையும் நம்பக்கூடாது. குறிப்பாக நான் செய்யும் தொழில் என்ன என்பதைச் சொல்லக்கூடாது. இது பால பாடம். இந்தத் தொழிலின் அடிப்படை, நம்பிக்கை. அது தகர்ந்து போகிறபோதுதான் என்னை மாதிரிப் பெண்கள் போலீஸில் மாட்டிக் கொள்கிறார்கள். யார் கண்டது? இந்த ஆட்டோக்காரர் வேவு பார்க்கிற ஆளாகக்கூட இருக்கலாம். நான் முகத்தைத் திருப்பிக் கொண்டு சாலையைப் பார்த்தேன்.

சாலை பரபரப்பாக இருந்தது. மனிதர்கள் வாகனங்களில் அடித்துப் பிடித்து ஓடிக் கொண்டிருந்தார்கள். அவரவர்க்கு அவரவர் அவசரம். கூடவே கொண்டாட்டத்துக்கான அவசரமும் சேர்ந்திருந்தது. இன்று இரவு சென்னை கடற்கரைப் பகுதிகளும், நைட் கிளப்புகளும், பார்களும் களை கட்டும். பியர் பாட்டிலும் கையுமாக பைக்கில் வலம் வரும் இளைஞர்கள், எதிர்ப்படுபவர்களுக்கெல்லாம் 'ஹேப்பி நியூ இயர்' சொல்லுவார்கள்.

'இனிய புத்தாண்டு.' உண்மையில், அந்தப் புது வருடத்தின் முதல் நாள் எனக்கு ஒரு கசப்பான அனுபவமாக இருக்கப் போகிறது என்று அப்போது எனக்குத் தெரியாது.

பாரீஸ் கார்னரில் இறங்கிக் கொண்டேன். ஆட்டோவில்தானே போகிறோம், போகவேண்டிய இடத்துக்கே போய் இறங்கிக் கொள்ளலாமே! வாஸ்தவம். ஆனால், பிரச்னை என்று வந்தால், நான்

மட்டுமல்ல; என் சக கூட்டாளிகளும் அல்லவா மாட்டிக் கொள்வார்கள்? யாருக்கும் சந்தேகம் வராமல், கொஞ்சம் சுற்றிக் கொண்டு, போக வேண்டிய இடத்துக்குப் போவதுதான் சாமர்த்தியம். நான் வெகு இயல்பாக நடந்தேன்.

சென்னை உயர் நீதிமன்றக் கட்டடத்தின் உச்சியில் இருந்து சில புறாக்கள் 'படபட'த்துப் பறந்தன. ஒரு புறாவாகப் பிறந்திருந்தால்கூட இந்த அளவுக்குத் துன்பப்பட வேண்டியதில்லை என்று எனக்குத் தோன்றியது. நீதிமன்ற வளாகத்தில் இருந்த மரங்களில் கூடடைந்த பறவைகளின் கீச்சொலி கேட்டுக் கொண்டிருந்தது. நான் சாலையைக் கடந்தேன். பிளாட்பாரக் கடைகளில் மக்கள் மொய்த்துக் கொண்டிருந்தார்கள். ஜட்டி பனியன், வாட்ச், எலெக்ட்ரானிக் பொருட்கள், குடை, பழங்கள்... என்று மனிதர்களுக்கான தேவைகள் சாலையோரம் குவிந்திருந்தன.

நீதிமன்றத்துக்கு நேர் எதிரே இருந்த ஒரு சிறிய தெருவுக்குள் நுழைந்தேன். வாகனங்களின் இரைச்சலும், மனிதர்களின் பேச்சொலியும் கொஞ்சம் அடங்கினது மாதிரி இருந்தது. ஒரு பசு மாடு தெருவை அடைத்தது போலக் குறுக்கே நின்றுகொண்டு இருந்தது. அது நான் வழக்கமாக வருகிற இடம். என் கஸ்டமர்களை இந்தத் தெருவில் இருக்கும் ஒரு கட்டடத்தில்தான் நான் சந்திக்கிறேன். எல்லாத் தொழில்களையும் போலவே இந்தத் தொழிலிலும் 'கஸ்டமர்' மிக முக்கியமானவர். என்னைப் பொறுத்தவரை அவர்தான் படியளக்கும் எம்பெருமான்.

நான் அந்த ஆபீஸைப் பார்த்தேன். அது என்ன அலுவலகம் என்பது முக்கியமில்லை. மாதத்தில் குறைந்தது பதினைந்து நாள்களுக்கு இரவு நேரத்தில் அதுதான் நான் 'தொழில்' செய்யும் இடம். மாடியில் பழனிச்சாமி நின்றிருந்தார். எனக்காகவே காத்திருந்தது போல என்னைப் பார்த்துக் கையசைத்துச் சிரித்தார்.

பழனிச்சாமி அங்கே வாட்ச்மேன். அறுபதைத் தொட்ட வயது. நம்பிக்கையான நண்பர். எங்களுக்கு இடம் கொடுத்து, கஸ்டமர்களையும் பிடித்து வருகிற அருமையான மனிதர். அவர் கையசைத்ததிலிருந்து அலுவலகத்தில் யாருமில்லை என்பதைத் தெரிந்துகொண்டேன். மாடிப்படிகளில் ஏறினேன். பழனிச்சாமி கதவைத் திறந்தார்.

'வா கலை!' அவர் குரலில் எல்லையற்ற பரிவு கலந்திருந்தது. எனக்கு அவர் என்னை உரிமையோடு அப்படிக் கூப்பிட்டது சந்தோஷமாக இருந்தது.

'இன்னைக்கு ஆபீஸ் நாலு மணிக்கெல்லாம் முடிஞ்சுபோச்சு. வெறுத்துப் போய் உக்காந்திருக்கேன். இப்ப... கொஞ்ச நேரத்துக்கு முன்னாடிதான் ஒரு கஸ்டமர் வந்தாரு. யாரும் இல்லேன்னதும் போயிட்டாரு. அதனால என்னா? எங்க போயிடப் போறான் அந்த

ஆளு? இங்கதான் எங்கனா சுத்திகினு இருப்பான். சரி, சரி. நீ உக்காரு. நான் போய் கூட்டியாறேன். நீ கதவை தாப்பா போட்டுக்கோ!'

பழனிச்சாமி படிகளில் இறங்கிக் கீழே போனார். நான் கதவை அடைத்துத் தாழ்ப்பாள் போட்டேன். அடுத்த அறைக்குள் நுழைந்தேன். டேபிளையும் சேரையும் கொஞ்சம் நகர்த்தி வைத்துவிட்டு, பீரோவுக்கு மேல் இருந்த பாயை எடுத்து விரித்துக் கீழே போட்டேன். சுவரோரமாகச் சாய்ந்து உட்கார்ந்தேன். எங்களுக்காகவே கட்டி வைத்தது போல் இருந்தது அந்த அலுவலகம். அங்கே ஒரு ஹாலும், மூன்று அறைகளும் இருந்தன.

ஃபேனை போட்டேன். சுவர் ஓரமாக இருந்த கேனிலிருந்து ஒரு டம்ளர் தண்ணீர் பிடித்துக் குடித்தேன். அரை மணி நேரம் அப்படியே உட்கார்ந் திருந்தேன். இது ஒரு கஷ்டம். அறைக்குள்ளேயே எவ்வளவு நேரம்தான் அடைந்து கிடப்பது? மாடி வராண்டாவில் போய்க் காற்றாட நிற்கலாம். ஆனால், யார், என்ன என்று கேள்வி வரும். ஜன்னல் வழியாகக் கூட வெளியே வேடிக்கை பார்க்க முடியாது. ஓர் அலுவலக அறையில், அலுவலக நேரம் முடிந்த பிறகு ஒரு பெண்ணுக்கு என்ன வேலை? கேள்விகளோடு அலைகிற ஆண்கள் ஆயிரம் பேர் இருக்கிறார்கள். கிட்டத்தட்ட அரை மணி நேரம் ஆகியும் பழனியைக் காணவில்லை. காபி, டிபன் ஏதாவது சாப்பிடப் போயிருப்பாரோ?

யாரோ கதவைத் தட்டும் சத்தம் கேட்டது. நான் எழுந்துகொண்டேன். வெளிக் கதவைத் திறந்தேன். பழனி. அவர் பக்கத்தில் ஓர் ஆள் நின்றிருந்தான். வயது 30 இருக்கலாம்.

'கலை! கொஞ்ச நேரத்துக்கு முன்னாடி வந்தாருன்னு சொன்னேன்ல? இவருதான். காசு வாங்கிட்டேன். உள்ள கூட்டிட்டுப் போ!' என்று சொல்லிவிட்டு பழனி கதவை அடைத்துக்கொண்டு வெளியே போனார்.

கஸ்டமர்களிடம் பணம் வாங்குவது எப்போதும் பழனிதான். அதுதான் எங்களுக்குப் பாதுகாப்பு. போகும்போது கணக்குப் பார்த்துக் கொடுத்து விடுவார். ஒரு கஸ்டமருக்கு ஐம்பது ரூபாய். தவிர, டிப்ஸ். கஸ்டமர் நேரடியாக எங்களிடம் அன்போடு அள்ளி வீசுகிற பணம். எங்கள் சாமர்த் தியத்தைப் பொறுத்து அந்தத் தொகை கூடவோ குறையவோ செய்யும்.

நான் அந்த ஆளை அழைத்துக் கொண்டு அறைக்குள் நுழைந்தேன். அவன் ரொம்ப அவசரக்காரனாக இருந்தான். உள்ளே நுழைந்ததும் முதல் காரியமாக சட்டை, பேண்ட், பனியன் எல்லாவற்றையும் கழற்றி விட்டு ஜட்டியோடு நின்றான். ஒரு சிகரெட்டைப் பற்ற வைத்துக் கொண்டான்.

'என்னம்மா! மசமசன்னு நிக்கிறே? டிரஸ் எல்லாத்தையும் கழட்டிப் போடு!'

‘டிப்ஸா?’

அவன் கழற்றிப் போட்டிருந்த பேண்ட் பாக்கெட்டில் கை விட்டு ஒரு நூறு ரூபாயை எடுத்தான். என் ஜாக்கெட்டுக்குள் திணித்தான். எந்த கஸ்டமராக இருந்தாலும் படுப்பதற்கு முன்பு டிப்ஸ் வாங்கிவிட வேண்டும். இதுவும் அனுபவம் தந்த பாடம்தான். முன்கூட்டியே காசு வாங்கவில்லையென்றால், வேலை முடிந்ததும் ஏமாற்றிவிட்டுப் போகிறவர்கள் நிறையபேர் இருக்கிறார்கள். நான் யோசனையோடு அவனைப் பார்த்தேன்.

‘என்னா? எப்பவும் அம்பது ரூபா டிப்ஸ் கிடைச்சாலே அதிகம். நூறு ரூபாயான்னு யோசிக்கிறியா? நாளைக்கு நியூ இயர் இல்ல? அதான். நீ சந்தோஷமா இருந்தாத்தானே நானும் சந்தோஷமா இருக்க முடியும்?’

சொல்லிவிட்டு சிரித்தான். எனக்கு சிரிப்பு வரவில்லை.

மணி எட்டரை ஆகியிருந்தது. அதுவரை இரண்டு கஸ்டமர்கள் வந்துவிட்டுப் போயிருந்ததில் இருநூறு ரூபாய் தேறியிருந்தது. அந்தப் பணத்தை, அறையில் நான் வழக்கமாக ஒளித்து வைக்கும் இடத்தில் பத்திரப்படுத்தினேன். பணம். அது ரொம்ப முக்கியம். எல்லாவற்றுக்கும்.

பழனி வெளியே அலைந்து களைத்துப் போனவராக ஹாலில் இருக்கும் சேரில் அமர்ந்திருந்தார். நாங்கள் இருவருமே காத்திருந் தோம். அடுத்து யார் வரப் போகிறார்கள்?

கதவு தட்டும் சத்தம் கேட்டது. பழனி எழுந்து கதவைத் திறந்தார். வெளியே நின்றிருந்த ஆளைப் பார்த்து அவர் முகம் மலர்ந்தது.

‘வா கணேசா!’

கணேசன் என்னுடைய ரெகுலர் கஸ்டமர். பாரீஸ் கார்னர் பகுதியில் இருக்கும் ஒரு தெருவில் ‘தள்ளுவண்டி டிபன் கடை’ நடத்தி வருகிறார். கணேசன் உள்ளே வந்ததும் பழனி கதவைச் சாத்திக் கொண்டு வெளியே போனார். நான் இருப்பது தெரிந்தால் போதும் கணேசன் ஓடி வந்து விடுவார். வரும்போது வெறும் கையுடன் வர மாட்டார்.

அன்றைக்கும் அவர் கையில் அது இருந்தது. ஆஃப் பாட்டில் பிராந்தி. பிராந்தியைப் பார்த்ததுமே எனக்கு உடம்பு வலி ஓடிப் போனது மாதிரி இருந்தது. நானும் கணேசனும் நிதானமாக இரண்டு ரவுண்டு அடித்தோம். குடித்து முடித்ததும் அவர் சட்டையைக் கழற்றிவிட்டு பனியனோடு பாயில் படுத்தார் நான் பக்கத்தில் படுத்துக் கொண்டேன். போகும்போது, இரண்டு நூறு ரூபாய்களைக் கொடுத்துவிட்டுப்

போனார் கணேசன். நான் படுத்தபடியே வாங்கிக்கொண்டேன். சிரித்து, தலையசைத்துவிட்டு அவர் வெளியே போனார்.

அவர் போனபிறகு நான் தரையில் அப்படியே அசந்துபடுத்து விட்டேன். உடம்பு முழுக்க ஒரு வலி பரவியிருந்தது. புடைவை அவிழ்ந்து, ஆடைகளெல்லாம் கலைந்திருந்தன. எனக்கு அதைச் சரி செய்யக்கூடத் தோன்றவில்லை. கண்கள் தூக்கம் வேண்டி கெஞ்ச ஆரம்பித்திருந்தன. நான் அப்படியே கிடந்தேன்.

கொஞ்ச நேரத்தில் ஓர் ஆளைக் கூட்டிக்கொண்டு பழனி உள்ளே வந்தார். நான் அதுவரை அந்த ஆளைப் பார்த்தது கிடையாது. அவனுக்கு முப்பது வயதிருக்கும். பழனி போன பிறகு அவன் என் எதிரே உட்கார்ந்தான். என்னைப் பற்றி விசாரிக்க ஆரம்பித்தான்.

'உன் பேரு என்ன? எந்த ஊரு? கல்யாணம் ஆயிருச்சா?'

நான் புடவையைச் சரி செய்தபடி, அவன் கேட்ட எல்லாக் கேள்விகளுக்கும் பொறுமையாக பதில் சொன்னேன்.

'என்னைக் கல்யாணம் பண்ணிக்கிறியா?' திடீரென்று அவன் கேட்டான். நான் அவனை உற்றுப் பார்த்தேன். எனக்குச் சிரிப்பு வந்தது. இது அந்த மூஞ்சி இல்லை. என்னை மாதிரியான பெண்களைக் கல்யாணம் பண்ணுகிற களை நிச்சயம் அந்த மூஞ்சிக்கு இல்லை. இவன் மட்டுமில்லை. இது வரை ஒரு நூறு பேராவது 'என்னைக் கல்யாணம் பண்ணிக்கிறியா?' என்று கேட்டிருப்பார்கள். ஆனால், ஒருத்தனுக்கும் அந்த தைரியம் வந்தது கிடையாது.

'ஏன் சிரிக்கிறே?'

'யோவ்! வந்த வேலையைப் பாத்துட்டுப் போவியா, அதை விட்டுட்டு கல்யாணம் பண்ணிக்கிறேன், கருமாதி பண்ணிக்கிறேன்னுக்கிட்டு இருக்கே?'

நான் கொஞ்சம் கோபமாகத்தான் பேசிவிட்டேன் போல. அவன் முகம் சுண்டிப் போய்விட்டது. அது அவன் தவறில்லை. இது ஒரு ரகம். இனிக்க இனிக்கப் பேசினால் நான் சந்தோஷப்படுவேன் என்று நினைக்கிற ரகம்.

'உன் கண்ணு ரொம்ப அழகா இருக்கு!', 'நீ பாக்குறதுக்கு எவ்வளவு லட்சணமா இருக்கே தெரியுமா?' 'நீ இருக்கவேண்டிய இடமே வேற!', 'ஏ யப்பா! நீ எந்தப் புடைவை கட்டினாலும் எடுப்பா இருக்கே! அடுத்த தடவை வர்றப்போ உனக்கு ராமர் பச்சைல ஒரு புடைவை வாங்கிட்டு வர்றேன். எப்பிடி இருக்குன்னு பாப்போம்!'... இப்படி நாக்கில் தேனைத் தடவிப் பேசுவார்கள். ஆனால் எதையும் செய்ய மாட்டார்கள். எல்லாம்

அந்தப் பத்து நிமிட மயக்க நேரத்தில் மட்டும்தான் அவர்கள் நினைவில் இருக்கும். இப்போது வந்திருப்பவனும் அப்படிப்பட்ட ஓர் ஆள்தான். நான் அவனைப் படுக்கும்படி ஜாடை காட்டினேன்.

'கல்யாணம் பண்ணிக்கிறியா?' என்று கேட்டவன், வேலை முடிந்ததும் சொல்லாமல் கொள்ளாமல் வெளியே போனான்.

எதை எதையோ யோசித்தபடிக் கண்களை மூடினேன். என்னை மறந்து தூங்கிவிட்டேன். யாரோ கதவைத் தட்டும் சத்தம் கேட்டு திடுக்கிட்டு விழித்துப் பார்த்தேன். என்னால் எழுந்திருக்கவே முடியவில்லை. அப்படி ஓர் அசதி. தலை பாரமாக இருந்தது. தட்டுத் தடுமாறி எழுந்து, மெல்ல நடந்து கதவைத் திறந்தேன். வெளியே அம்முக்குட்டி நின்றிருந்தாள்.

'அக்கா!' என்று சொல்லிக் கட்டிப்பிடித்துக்கொண்டாள்.

'எவ்வளவு நேரமா கதவைத் தட்றேன் தெரியுமா?' என்றபடி என்னை இழுத்துக் கொண்டு உள்ளே வந்தாள்.

அம்முக்குட்டி கேரளாவைச் சேர்ந்தவள். என் சக கூட்டாளி. காலைக் கொஞ்சம் சாய்த்தது போல் நடப்பாள். மற்றபடி அழகு உடம்பெங்கும் ஊறிக் கிடந்தது. அவளைப் பார்த்ததும் எனக்குக் கொஞ்சம் தெம்பு வந்தது போல இருந்தது. சுவர்க் கடிகாரத்தைப் பார்த்தேன். மணி பத்தைத் தாண்டியிருந்தது.

'என்ன அம்மு! இப்பத்தான் வர்றியா?'

'இல்லக்கா. சாயந்திரமே வந்துட்டேன். நாளைக்கு நியூ இயர்லே? காலேஜ் பசங்க கொஞ்சம் பேரு கம்பெனி வேணும்னு கூப்பிட்டானுங்க. அவங்களோட பீச்சுக்குப் போனேன். பீர் குடிச்சு முடிக்கிற வரைக்கும் கூட இருன்னானுங்க. இப்பத்தான் அனுப்பினானுங்க. ஆட்டோ பிடிச்சி நேரா இங்க வந்துட்டேன். நீ சாப்டியாக்கா?'

'இல்ல அம்மு! பழனி வந்தா வாங்கிட்டு வரச் சொல்லணும். அவரையும் ஆளைக் காணோம். போய் ரொம்ப நேரமாச்சு.'

'சரிக்கா. உக்காரு. அவரு வரட்டும்.' ரெண்டு பேரும் ஹால் தரையில் உட்கார்ந்தோம். உண்மையில் எனக்கு அம்முவைப் பார்த்ததில் ஆறுதலாக இருந்தது. இனிமேல் யாராவது வந்தால் அவளிடம் அனுப்பிவிடலாம், உடம்புக்குக் கொஞ்சம் ஓய்வு கொடுத்தது போல இருக்கும் என்ற எண்ணம் எனக்கு.

இன்னொரு பக்கம் பழனி எங்கே என்ற யோசனை எழுந்தது. ஒரு வேளை, கஸ்டமரை தேடிப் போயிருப்பாரோ? அப்போதுதான் ரொம்ப நேரமாக கஸ்டமர் யாரும் வராதது என் நினைவுக்கு வந்தது. இந்த

மாதிரி உடல் பசி எடுத்துத் திரிகிற ஆட்களை பழனி எளிதாக அடையாளம் கண்டுவிடுவார். ஆபீஸுக்குக் கீழே இருக்கும் ஆட்டோ ஸ்டாண்டில்தான் எப்போதும் நிற்பார் பழனி. யாரையோ எதிர்பார்த்துக் காத்திருப்பவர் போல இருக்கும், அவர் நிற்கிற தோற்றம். எப்படி கஸ்டமரை அடையாளம் கண்டுபிடிப்பார், பேசுவார், கூட்டி வருவார்? யாருக்கும் தெரியாது. அதே போல முன் பின் அறிமுகமில்லாத ஆட்களை அவர் அழைத்துக் கொண்டு வரமாட்டார். அப்படிப் புதிதாக வருகிறவர்கள் பகல் நேரத்திலும் இங்கே வந்துவிடுவார்கள் என்கிற பயம்தான் காரணம்.

இது இரவில் மட்டும் நாங்கள் வந்து போகிற ஓர் இடம். நானும் அம்முவும் வருவது அந்த அலுவலகத்தில் வேலை செய்பவர்கள் உட்பட, வெளியாட்கள் யாருக்கும் தெரியாது. தெரிந்தால் பழனிக்கு வேலை போய்விடும். எங்களுக்கும் இது போன்ற தோதான ஓர் இடம் கிடைக்காது. அநாவசியமாக ஓர் ஈ, காக்கை கூட இங்கே இது வரை வந்ததில்லை. ரொம்பப் பாதுகாப்பான இடம். 'போலீஸ் தொல்லை' என்பதெல்லாம் இங்கே வாய் வார்த்தைக்குக்கூட கிடையாது. அதற்குக் காரணம், கஸ்டமர்களைத் தவிர வேறு யாருக்கும் இங்கே, இப்படி ஒரு 'தொழில்' நடப்பது தெரியாது.

எனக்குப் பசி வயிற்றை ரம்பத்தைக் கொண்டு அறுத்துக் கொண் டிருந்தது. கேனில் இருந்த தண்ணீர்கூட காலியாகியிருந்தது. உடம்புக்குள் சோர்வு புகுந்துகொண்டு அப்படி ஓர் ஆட்டம் போட்டுக் கொண்டிருந்தது. இந்த நேரத்தில் யாராவது கஸ்டமர் வந்துவிடக் கூடாதே என்றிருந்தது எனக்கு. இங்கே வழக்கமாக வருபவர்களில் வயதான ஆள் ஒருவன் இருந்தான். அவனை நினைத்தாலே குலை நடுங்கியது எனக்கு. அவன் வந்தால், இன்றைக்கு உடம்பு இருக்கிற நிலையில் நான் செத்தே போய்விடுவேன் என்று தோன்றியது.

இப்படியெல்லாம் நான் யோசித்துக் கொண்டிருக்கும்போதே, பழனி இரண்டு கஸ்டமர்களை அழைத்துக்கொண்டு உள்ளே வந்தார். அதில் ஒருவனைப் பார்த்ததும் எனக்கு பகீரென்று இருந்தது. யாரை நினைத்து நான் பயந்துகொண்டிருந்தேனோ, அதே வயசான ஆள் என்னைப் பார்த்துச் சிரித்தபடி நின்றுகொண்டிருந்தான்.

வந்தவர்களில் இன்னொருவர் அம்முவை அழைத்துக்கொண்டு பக்கத்து அறைக்குச் சென்றார். அந்த வயசான ஆள் நான் இருக்கும் அறையை நோக்கித் திரும்ப நான் கடுப்போடு அவனைப் பார்த்தேன். பிறகு, பழனியைப் பார்த்துச் சொன்னேன்:

'எனக்கு டிபன் வேணும். சாப்பிட்டாத்தான் என்னால எந்திரிக்கவே முடியும். வாங்கிட்டு வர்றீங்களா?'

அதே சமயம் அந்த வயசான ஆள் திரும்பி, 'இந்தா பழனி! வர்றப்போ பிராந்தி ஒரு ஆஃப் வாங்கிட்டு வா!' என்று பணத்தை எடுத்துக் கொடுத்தார். 'பிராந்தி.' இந்த வார்த்தையைக் கேட்டதும்தான் எனக்குக் கொஞ்சம் நிம்மதியாக இருந்தது. அதைவிட்டால் அரு மருந்து வேறு எதுவும் இப்போது இல்லை. உடம்புவலி ஒரு பக்கம். இன்னொரு பக்கம் அந்த வயதான ஆள். அந்த அளவுக்குப் பாடாகப் படுத்தி எடுத்துவிடுவான் அந்த ஆள்.

இருவரும் அறைக்குள் வந்து பாயில் அமர்ந்தோம். அவன் என்னையே வெறித்துப் பார்த்துக் கொண்டிருந்தான். நான் அந்த ஆளைப் பார்க்கப் பிடிக்காமல், எழுந்து பாத்ரூமுக்குப் போனேன்.

சிறிது நேரத்தில் டிபனோடும் சரக்கோடும் உள்ளே வந்தார் பழனி. கொடுத்துவிட்டு வெளியே போனார். இருவரும் குடிக்க ஆரம்பித்தோம். நான் ஏதோ உலகமே இன்றோடு அழிந்துவிடும் என்பது போல வெறியோடு குடித்தேன். அந்த ஆளுக்கு லேசான போதை. எனக்கோ போதை தலைக்கு மேல் ஏறி உட்கார்ந்து டான்ஸ் ஆடிக்கொண்டு இருந்தது. ஏற்கெனவே கணேசனோடு சேர்ந்து குடித்திருந்த மது தன் வேலையைக் காட்ட ஆரம்பித்திருந்தது. டிபன் பொட்டலத்தைப் பிரித்தேன். தோசை. என்னால் பாதிகூடச் சாப்பிட முடியவில்லை. இடையில் அந்த ஆளின் தொந்தரவு வேறு. அவன் கை சாப்பிட்டுக் கொண்டே நீண்டுகொண்டிருந்தது, இங்கே தொடுவதும், அங்கே கிள்ளுவதுமாக. நான் பாதி தோசையைக் குப்பைக் கூடையில் எடுத்துப் போட்டுவிட்டு எழுந்தேன்.

அம்மு இருந்த அறைக் கதவு திறந்தது. அவளுடன் போன ஆள் அதற்குள் அறையைவிட்டு வெளியே வந்திருந்தார். அம்மு அறைக்குள் புடைவையைக் கட்டிக் கொண்டிருப்பது தெரிந்தது. வெளியே வந்தவர் என்னை விழுங்கிவிடுவது போல் பார்த்தார். மனிதருக்குப் பசி அடங்கவில்லை என்பது பார்த்தாலே தெரிந்தது. உள்ளே வந்த பழனி அவரை கவனித்துவிட்டார்.

'சரி. சரி. வாங்க சார்!' என்று சொல்லியபடி பழனி அவரை வெளியே அழைத்துப் போனார். அம்முவும் கதவை அடைத்துக்கொண்டு வெளியே போனாள்.

அரைமணி நேரம் அந்த வயதான ஆள் இருந்தார். எனக்கு 'சே! என்ன பொழப்புடா இது!' என்றிருந்தது. போகும்போது நூறு ரூபாய் கொடுத்தார். அதைக் கை நீட்டி வாங்கவே தயக்கமாக இருந்தது எனக்கு.

மற்ற நாள்களைவிட இன்றைக்குக் கிடைத்த டிப்ஸ் அதிகம். புது வருட போனஸ்?!

அம்மு உள்ளே வந்தாள். சோர்ந்து போயிருந்த என்னுடைய முகத்தைப் பார்த்தாள்.

'என்னக்கா! உடம்புக்கு முடியலையா?' என்று கேட்டபடி பக்கத்தில் வந்து உட்கார்ந்தாள்.

அம்மு அப்படிக் கேட்டது எனக்கு ஆறுதலாக இருந்தது. அப்படி யாராவது கேட்க மாட்டார்களா என்று தவித்துக் கொண்டிருந்தேன். வெளியே சொன்னால் வலி குறைந்துவிடுமா என்ன? ஆனால், ஆறுதல் வார்த்தை. என்னைப் போன்ற பிறவிகளுக்கு அதுதானே வேண்டியிருக்கிறது!

'நடு முதுகுல சம்மட்டியால அடிச்ச மாதிரி இருக்குது அம்மு! அப்பிடி ஒரு வலி. வர்றவன்லாம் எருமை மாடு மாதிரி இருக்கான்.'

எனக்கு அந்த நேரத்தில் பழனியை நினைத்தால் பயமாக இருந்தது. இன்னும் யாராவது கஸ்டமரை அழைத்துக்கொண்டு வந்துவிடு வாரோ? உடம்பு இருக்கும் நிலையில் இனிமேல் என்னால் முடியாது. அப்படியே யாராவது வந்தாலும் அம்முவிடம் அனுப்பிவிட வேண்டியதுதான்.

ஆனால், நினைப்பதெல்லாம் நடந்துவிடுகிறதா என்ன? இரண்டு கஸ்டமர்களோடு உள்ளே வந்தார் பழனி. நான் அவரைப் பரிதாபமாகப் பார்த்தேன்.

'என்னால முடியல. அம்முட்ட அனுப்புங்க!'

ஆனால், வந்தவர்களில் ஒருவர் நான்தான் வேண்டும் என்று பிடிவாதம் பிடித்தார். வேறு வழியில்லாமல் ஒத்துக்கொண்டேன். வந்த கஸ்ட மரை திருப்பி அனுப்ப முடியாதில்லையா? ரொம்ப எச்சரிக்கையாக, முதலிலேயே டிப்ஸைக் கேட்டு வாங்கினேன். உடல் வலியில், போதையில் என்ன நடக்கிறது என்றே எனக்குத் தெரியவில்லை. அவர் எழுந்து போனது கூட எனக்குத் தெரியவில்லை. தூக்கம் வருவதும், கலைவதுமான அரைத் தூக்கம். எப்பொழுது விடியும் என்றிருந்தது எனக்கு.

யாரோ என் தோளைத் தட்டி எழுப்பினார்கள். லேசா கண் விழித்துப் பார்த்தேன். எதிரில் பழனி நின்றுகொண்டிருந்தார்.

'கலை! கலை! எந்திரி. புதுசா ஒரு கஸ்டமர் வந்திருக்காரு. எந்திரிம்மா!' என்று என்னை உலுக்கிக் கொண்டிருந்தார்.

நான் மெதுவாக எழுந்து உட்கார்ந்தேன்.

'அம்முகிட்ட அனுப்புங்களேன்! என்னால முடியல.'

‘அம்மு இல்ல கலை. சாயந்தரம் வந்த காலேஜ் பசங்க, திரும்ப வந்து பைக்குல சுத்தறதுக்கு கூட்டிக்கிட்டு போயிட்டானுங்க. வந்திருக் குறவரு, நல்ல கஸ்டமரா இருக்காரு. தமிழ் வேற தெரியல. நெறயா காசு கெடைக்கும். எந்திரிம்மா!’

நான் அவிழ்ந்து போயிருந்த புடைவையை வாரி எடுத்துக்கொண்டு பக்கத்து அறைக்குப் போனேன். புடைவையை ஒழுங்காகக் கட்டிக் கொண்டு, முகம் கழுவினேன். சில்லென்ற தண்ணீர் முகத்தில் பட்டதும் கொஞ்சம் தெளிந்த மாதிரி இருந்தது. தலை வாரிக்கொண்டு வெளியே வந்தேன்.

வந்தவருக்கு நாற்பது வயதிருக்கும். மிடுக்கான தோற்றம். கம்பீரமாக இருந்தார். நான் வெளிக்கதவை மூடிவிட்டு வந்தேன். அவர் உட்கார்ந் திருந்த பெஞ்சில் சற்றுத் தள்ளி என்னை உட்காரச் சொல்லி சைகை செய்தார். உட்கார்ந்தேன்.

‘துமாரா நாம்?’ என்று இந்தியில் பேச்சைத் தொடங்கினார்.

‘தமிழ் தெரியாதா?’

‘தெரியாது’ என்பது போலத் தலையை அசைத்து உதட்டைப் பிதுக்கினார்.

நான் பல ஊர்களுக்குப் போயிருக்கிறேன். தமிழும் இந்தியும் தெரிந்த கஸ்டமர்களோடு பழகியிருக்கிறேன். அதனால், எனக்கு இந்தி ஓரளவுக்குப் புரியும். கிட்டத்தட்ட அரை மணிநேரம் அவருடன் பேசிக் கொண்டிருந்தேன். அவர் தன்னைப் பற்றிய எல்லா விவரங்களையும் சொன்னார்.

அவர் வடமாநிலத்தைச் சேர்ந்தவர். இராணுவத்தில் வேலை. தற்போது மாற்றலாகி, புதுச்சேரியில் பணியாற்றுகிறார். அவருக்கு அழகான ஒரு மனைவி. இருந்தாலும், அவளோடு கடந்த பத்தாண்டு களாக உடலுறவு வைத்துக்கொள்ள முடியவில்லை. அப்படி ஏதோ ஒரு வியாதி அவளுக்கு. அவர் என்னிடம் சொன்ன எல்லாம் எனக்குப் புரிந்தது. ரொம்பப் பரிவோடும் கரிசனத்தோடும் பேசினார் அவர். அரைமணி நேரம்தான் அவர் இருந்திருப்பார்.

‘நான் திரும்ப சென்னைக்கு வரும்போது உன்னை கண்டிப்பா பாக்குறேன். உன்னை எப்பிடி காண்டாக்ட் பண்றது? ஃபோன் நம்பர் ஏதாவது இருக்கா?’

‘எனக்கு ஃபோன் நம்பர் எல்லாம் இல்ல சார். எதாருந்தாலும் பழனிகிட்ட பேசிக்குங்க!’

அவர் கிளம்புவதற்கு முன் என்னையே ஆசையாகப் பார்த்தார். தன் பேக்கைத் திறந்தார். அதிலிருந்து ஒரு வாட்சை எடுத்து எனக்குக் கட்டிவிட்டார்.

‘இதை என் ஒயிஃபுக்காக வாங்கினேன். நீ வச்சுக்கோ!’

என் பதிலைக்கூட எதிர்பார்க்காமல் அவர் வெளியே போனார். அவர் போனதும் இதுவரை இல்லாத ஒரு சோகம் என்னை வந்து அழுத்தியது. இன்னும் கொஞ்ச நேரம் அவர் இருந்திருக்கக் கூடாதா என்று இருந்தது. படுப்பதற்குக்கூடத் தோணாமல் அப்படியே சுவரோடு சாய்ந்து உட்கார்ந்திருந்தேன்.

அவர் போன கொஞ்ச நேரத்தில் அம்மு உள்ளே வந்தாள்.

‘என்ன அம்மு! எங்க போனே?’

‘அக்கா! பசங்க நியூ இயர் கொண்டாட்டத்துக்கு கூப்பிட்டாங்கன்னு பழனி அனுப்பி வச்சாரு. அவனுங்க ரெண்டு மணிநேரம் மாத்தி மாத்தி பைக்குல உக்கார வச்சு சுத்திட்டு, ஒரு டீ கூட வாங்கித் தராம கொண்டாந்து இறக்கி விட்டுட்டுப் போயிட்டானுங்க.’

அம்மு, மலையாளமும் தமிழும் பேசுவாள். படபடப்போடும், கோபமாகவும் இருக்கும் சமயங்களில் மலையாளம்தான் வாயில் சரளமாக வரும். அன்றைக்கு மலையாளத்தில்தான் பேசினாள்.

‘பாவம் அம்மு நீ. சரி. பழனிய கூப்புடு! டீ வாங்கிட்டு வரச் சொல்லிக் குடிக்கலாம்.’

அம்மு பழனியைக் கூப்பிட வெளியே போனாள்.

சாலையில் ஏதோ ஒரு வண்டி பிரேக் போட்டு நிற்கும் சத்தம் கேட்டது. எனக்கு திக்கென்று இருந்தது. சட்டென்று எழுந்து கதவைத் திறந்து, வெளியே எட்டிப்பார்த்தேன்.

கீழே ஒரு போலீஸ் ஜீப் நின்றிருந்தது. மூன்று போலீஸ்காரர்கள் இரண்டு பேரை நிறுத்தி விசாரித்துக்கொண்டிருந்தார்கள். மாடிப்படி இருட்டிலிருந்து அம்முவின் மெல்லிய குரல் கேட்டது.

‘அக்கா! கதவைச் சாத்து! உள்ளே போ!’

நான் உள்ளே சட்டென்று உள்ளே வந்து கதவை அடைத்துக் கொண்டேன். அதற்குள் உடம்பெல்லாம் வியர்த்துவிட்டிருந்தது. பழனியை வேறு காணோம். ஒரு வேளை, போலீஸ் பழனியைப் பிடித்திருக்குமோ? கீழே இரண்டு பேரை நிறுத்தி போலீஸ்காரர்கள் விசாரித்துக் கொண்டிருந்தார்களே! யார் அவர்கள்? அவர்களும் இங்கே வர இருந்த கஸ்டமர்கள்தானோ? கஸ்டமர்கள்தான் என்றால், நிச்சயம்

இங்கே இப்படி ஒரு தொழில் நடப்பதைச் சொல்லியிருப்பார்கள். அப்படிச் சொல்லியிருந்தால் அடுத்து போலீஸ்காரர்கள் மேலேதான் வருவார்கள். இப்போது என்ன செய்வது? 'நீ யார்?' என்று போலீஸ் கேட்டால் என்ன பதில் சொல்வது? எனக்கு உடம்பு நடுங்க ஆரம்பித்தது.

போலீஸ் விசாரித்தால் ஏன் பயப்பட வேண்டும்? 'நான் பழனியோட மக' என்று சொல்லிவிடலாம். அதை அவர்கள் நம்ப வேண்டுமே! அப்போதுதான் கீழே பார்த்தேன்.

ஆணுறைகள், ஆணுறைக் கவர்கள், சிகரெட் துண்டுகள், பிராந்தி குடித்துவிட்டு எறிந்த பிளாஸ்டிக் கோப்பைகள், சிகரெட் துண்டுகள்... எல்லாம் கிடந்தன. நான் பரபரவென்று எல்லாவற்றையும் பொறுக்கி ஒரு கேரிபேக்கில் எடுத்துப் போட்டுக் கட்டி வைத்தேன். தரையைச் சுத்தமாகப் பெருக்கினேன்.

பெருக்கிக் கொண்டிருக்கும்போதே, கதவு தட்டும் சத்தம் கேட்டது. அந்தச் சத்தம் என் அடிவயிற்றைக் கலக்க ஆரம்பித்தது. வெளியே வந்திருப்பது போலீஸாக இருந்தால் என்னவெல்லாம் பேச வேண்டும் என்பதை ஒரு முறை மனத்துக்குள் சொல்லிப் பார்த்துக்கொண்டு கதவைத் திறந்தேன்.

வெளியே பழனியும் அம்முவும் நின்று கொண்டிருந்தார்கள். தலையை வெளியே நீட்டி வேறு யாராவது இருக்கிறார்களா என்று பார்வையைச் சுழற்றினேன். யாருமில்லை. கீழே நின்றிருந்த போலீஸ் ஜீப்பையும் இப்போது காணவில்லை. எனக்கு 'அப்பாடா!' என்றிருந்தது. இழந்து போன உயிர் திரும்ப வந்தமாதிரி இருந்தது.

'என்னா பழனி! எங்க போயிட்டீங்க? திடீர்னு கீழே பாத்தா போலீஸ் ஜீப்பு. உங்களை புடிச்சிட்டாங்களோன்னு பயந்தே போயிட்டேன்.'

'ரொம்ப நேரமா கஸ்டமர் யாரையும் காணோமா... அதான், பூக்கடை போலீஸ் ஸ்டேஷன் பக்கம் யாராவது இருக்காங்களான்னு பாக்கறதுக்குப் போனேன். ஒரு ஆள் கெடைச்சான். அவனைக் கூட்டிக் கிட்டு வர்றப்போ கீழ போலீஸ் யாரையோ விசாரிச்சிட்டு இருந்ததைப் பாத்தேன். அவனை பழக்கடையில உட்கார வச்சிட்டு திரும்பி வந்தேன். அதுக்குள்ள போலீஸ் போயிடுச்சி. மாடிப்படியில அம்மு நின்னுக்கிட்டு இருந்துச்சு. அம்முவ கூட்டிக்கிட்டு இப்பத்தான் மேல வர்றேன்.'

'போலீசை பாத்ததுலருந்து எனக்கு உடம்பே கலகலத்து போன மாதிரி ஆகிப் போச்சு. கஸ்டமரும் வேணாம், ஒண்ணும் வேணாம். வுடு. விடிஞ்சா புது வருஷம் பொறக்கப் போவுது. நல்ல நாளும் அதுவுமா இனிமேயும் வேதனையை வெலை குடுத்து வாங்க வேணாம். கதவைச் சாத்திட்டு படுங்க! காலையில வீட்டுக்கு ஓடிப் போயிடலாம்.' என்று

சொல்லிட்டு நான் படுத்துவிட்டேன். கொஞ்ச நேரம் கழித்து அம்மு அருகில் வந்தாள். மெதுவான குரலில் பேசினாள்.

'அக்கா! இன்னிக்கி எனக்குச் சுத்தமா வருமானமில்ல. அந்தப் பசங்களும் ஒரு பைசாகூட குடுக்கல. நான் வேணும்னா அந்த கஸ்டமர பாத்துக்கிடவா?'

நான் அவளை ஆழமாகப் பார்த்தேன். மறுபடியும் வேண்டாம் என்று மறுத்தால், நான் அன்றைக்குத் தேவைக்கு அதிகமாகச் சம்பாதித்ததால் வேண்டாம் என்று சொல்வதாக நினைத்துவிடுவாள் என்று தோன்றியது.

'சரி. என்னவோ செய்!' என்று சொல்லிட்டு மறுபடியும் படுத்/தேன். அந்த அர்த்த ராத்திரியிலும் உயர் நீதிமன்ற வளாகத்துக்குள் பறவைகள் போடும் சத்தம் கேட்டது. காக்கை, குருவிகளுக்குக் கூட ஒரு நிரந்தரத் துணையிருக்கிறது. நமக்கு ஒன்று இல்லையே என்கிற எண்ணம் தலை தூக்கியது.

அதிகாலை மூன்று மணியிருக்கும். உறக்கம் சுத்தமாகக் கலைந்து போயிருந்தது. பழனி ஒரு கஸ்டமருடன் வந்தார்.

'என்னா கலை இந்த கஸ்டமரை மட்டும் கவனிச்சுடேன்!' என்றார். அம்மு படுத்திருக்கும் அறையை எட்டிப் பார்த்தேன். அவள் அயர்ந்து தூங்கிக் கொண்டிருந்தாள்.

'சரி! கூட்டிட்டு வாங்க!'

நான் என் அறைக்குள் நுழைந்தேன்.

நானும் அம்முவும் அங்கிருந்து கிளம்பியபோது நன்கு விடிந்து விட்டது. உடம்பு கல்லில் அடித்துத் துவைத்த கந்தல் துணியைப் போல இருந்தது. கைநிறையக் காசும், உடம்பு நிறைய வலியுமாக, நானும் அம்முவும் மாடிப்படியிலிருந்து அடிமேல் அடிவைத்து கீழே இறங்கி வந்தோம். ஆட்டோ பிடித்தோம்.

வீட்டில் அக்காவும் பிள்ளைகளும் காத்திருப்பார்கள். இன்றைக்குப் புதிதாக என்ன பொய் சொல்வது? கடவுளே! இந்த வருடமாவது நல்ல வருடமாக அமைய வேண்டும். இனிமேலாவது இந்த உடம்பை விற்கிற பிழைப்பை விட்டுவிட வேண்டும். முடியுமா?

அம்மு வழியில் இறங்கிக் கொண்டாள். மூலக்கடைக்கு ஆட்டோ வந்து சேர்ந்தபோது, வெயில் முகத்தில் அடிக்க ஆரம்பித்திருந்தது. ஆட்டோவுக்குக் காசு கொடுத்துவிட்டு பக்கத்துச் சந்தில் மெல்ல நடந்தேன்.

இன்றைக்குப் போல் அதிகமான கஸ்டமர்களை நான் ஒரே இரவில் எப்போதும் எதிர்கொண்டது கிடையாது. கொஞ்சம் அதிகம்தான். மொத்தம் பன்னிரண்டு பேர்.

2. அரசனும் தாலியும்

தஞ்சாவூர் மாவட்டத்திலிருக்கும் பட்டுக்கோட்டையிலிருந்து ஏழு கிலோ மீட்டர் தொலைவில் உள்ளது மதுக்கூர். அதுதான் என் சொந்த ஊர். காட்டாறும், கால் வாயும் பாய்கிற வளமான பூமி. சாலையின் இருபுறமும் வேர்க் கடலை, எள்ளு, உளுந்து, நெல் என்று ஏதாவது ஒரு பயிர் விளைந்த வண்ணம் இருக்கும். பச்சைப் போர்வையை எடுத்து முழுக்கப் போர்த்தியது போல இருக்கும் நிலப்பரப்பு. ஆலமரம், அரசமரம், இரவில் கூச்சலிடும் பறவைகள், மண் மணம் மாறாத வெள்ளந்தி மனிதர்கள்... என அச்சு அசல் கிராமத்துக்கான அத்தனை அடையாளங்களும் அங்கே இருக்கின்றன.

என் பெயர் கலைவாணி. செல்லமாகக் 'கலை!' அப்பா கருப்பையா ஒரு சவரத் தொழிலாளி. அம்மா ராக்கம்மாள், அப்பாவுக்கு மூன்றாம் தாரம். அப்பா மருத்துவமும் பார்ப்பார். நாட்டு வைத்தியம். ஊரில் யாருக்கு நாய் கடித்தாலும், பாம்பு கடித்தாலும், தேள் கொட்டினாலும் எங்கள் வீட்டில்தான் சிகிச்சை நடக்கும். சிறியாநங்கை கீரை தொடங்கி பல்வேறு விஷமுறிவு மூலிகைகளைக் கொண்டு குணப்படுத்தி விடுவார் அப்பா. அம்மா எங்கள் ஊரிலிருக்கும் சந்தப்பேட்டையில் காய்கறி வியாபாரம் செய்து வந்தார். என் கூடப் பிறந்தவர்கள் என்னையும் சேர்த்து மொத்தம் ஆறு பேர். ஒரு அண்ணன். ஒரு அக்காள். அக்காள் நாகவள்ளிதான் மூத்தவள். மற்றவர்கள் எல்லாம் பிறந்த கொஞ்ச நாள்களிலேயே இறந்து போய்விட்டார்கள். எனக்கு அப்பா, அம்மா எல்லாமே அக்கா நாகவள்ளிதான். நான் அக்காவை 'வள்ளி' என்றுதான் அழைப்பேன் .

நிம்மதியாகப் போய்க்கொண்டிருந்தது வாழ்க்கை. அப்பாவுக்கு ஊர்த் தொழில் (சவரம் செய்கிற தொழில்) என்பதால் வருடா வருடம் படி வீடு தேடி வந்து விடும். அதனால் சாப்பாட்டு பிரச்னை கிடையாது. அந்தக் காலத்து இளைஞர்கள் கனா கண்டது போலவே, டாக்டராக,

இஞ்சினியராக ஆகும் கனவு என்னையும் பற்றிக்கொண்டது. ஆனால், அந்த எண்ணம் ஈடேறவில்லை. அப்பா இறந்துபோனார். அம்மாவின் வருமானத்தில் வீட்டை நடத்தவேண்டிய சூழல். நான்காம் வகுப்போடு என் படிப்புக்கு முற்றுப் புள்ளி விழுந்தது. நான் அம்மாவுக்குத் துணையாகக் காய்கறிக் கடைக்குப் போனேன். மீதி நேரத்தில் ஊர்க் குழந்தைகளைக் கொஞ்சுவேன்.

குழந்தைகளைத் தூக்குவதில் படுகில்லாடி நான். காலையில் பிறந்த குழந்தையைக் கூடத் தலை தொங்காமல் தூக்கி விடுவேன். எனக்கு ஒன்பது வயதானபோது, அக்கா நாகவள்ளிக்கு திருமணம் நிச்சய மானது. அத்தானுக்குப் பரமக்குடி. முருகன், அழகாக இருப்பார். அக்காவுக்கு ஏற்ற ஜோடி என்று ஊர்க்காரர்கள் காதுபடப் பேசினார்கள்.

கல்யாணம் முடிந்த கையோடு அக்காவும் அத்தானும் சென்னை மூலக்கடையில் குடியேறினார்கள். நானும் அம்மாவும் மதுக்கூரி லேயே இருந்தோம். புதிதாகப் பிறந்த குழந்தைகளுக்கு தலைக்கு ஊற்றவும் மருந்துப்போடவும் அம்மாவை ஊருக்குள் அவ்வப்போது அழைப்பார்கள். அம்மாவுக்குத் துணையாக நானும் போவேன். எனக்கு இயல்பாகவே குழந்தைகள் என்றால் கொள்ளைப் பிரியம். அந்தக் காரணத்தினாலேயே அம்மாவிடம் இருந்து குழந்தைகளைக் குளிப் பாட்டக் கற்றுக் கொண்டேன். அம்மா இல்லாத நாள்களில் நானே குழந்தைகளுக்கு தலைக்கு ஊற்றுவேன். மருந்து போடுவேன்.

ஒரு நாள் என் தோழிகளுடன் ஓடிப் பிடித்து விளையாடிக் கொண்டிருந் தேன். திடீரென்று அடிவயிற்றை இழுத்துப் பிடித்தது மாதிரி ஒரு வலி. 'அய்யோ! அம்மா!' என்று வயிற்றைப் பிடித்துக் கொண்டு தரையில் சரிந்து உட்கார்ந்துவிட்டேன். நான் கீழே உட்கார்ந்து வலியில் துடிப்பதைப் பார்த்து என் தோழிகள் பயந்து போனார்கள். என் அம்மாவைக் கூட்டிக்கொண்டு ஓடி வந்தார்கள். என்னைப் பார்த்ததுமே நிலைமையைப் புரிந்து கொண்டாள் அம்மா. கைத்தாங்கலாக என்னை வீட்டுக்கு அழைத்து வந்து என்னை ஒரு மூலையில் உட்கார வைத்தாள்.

அம்மாவின் முகத்தில் அதிர்ச்சி வெளிப்படையாகவே தெரிந்தது. என் தோழிகள் போனதும், தலையில் கைவைத்து உட்கார்ந்து விட்டாள். ஒன்றுமில்லை நான் வயதுக்கு வந்துவிட்டேன். உண்மையில் அது சந்தோஷப்படவேண்டிய விஷயம். ஆனால், அம்மாவுக்கு அவள் கவலை. அப்பா இல்லை. கையில் போதுமான நிதியும் இல்லை. எப்படி எனக்குக் கல்யாணம் செய்து கரை சேர்ப்பது என்கிற பிரச்னைதான் அவளுக்கு முன்னால் அப்போது பூதாகரமாக நின்றுகொண்டிருந்தது.

எப்படியோ அம்மாவும் அக்காவுமாகச் சேர்ந்து மாப்பிள்ளை தேடி, அத்தானின் சித்தி பையனுக்கே என்னைப் பேசி முடித்தார்கள். அவர்

பெயர் அரசன். வயது இருபது. எனக்கு வயது பதினைந்து. விவரம் புரியாத வயது. ஒரு பக்கம் திருமணத்தை நினைத்து பயமாக இருந்தாலும், இன்னொரு பக்கம் அக்கா வசிக்கிற ஊரில், சென்னையில், போய் வாழப் போகிறோமென்ற சந்தோஷம் எனக்கு. அரசன், சென்னையில்தான் இருந்தார். எங்கள் திருமணம் மதுக்கூரிலேயே நடந்தது.

அவருக்கு வரதட்சணையாக நாலு பவுன் நகையும், பெரம்பூரில் ஒரு முடிவெட்டும் கடையும் வைத்துக் கொடுத்தார்கள். சென்னையில்தான் எங்களுக்கு முதலிரவு என்று பேசிக் கொண்டார்கள். முதலிரவைப் பற்றி எனக்கு எதுவும் தெரியாது.

சென்னைக்கு வந்தோம். பகல் பொழுது ஓடிப் போய்விட்டது. இரவானது. அரசன் அறைக்குள் வந்தார்.

'என்ன கலைவாணி! நீ இன்னுமா தூங்கலை? சரி, சரி. கதவை அடைச்சுக்கிட்டுப் படுத்துக்கோ! நான் வெளில போய்ட்டு வர்றேன்.' இப்படிச் சொல்லிவிட்டு அவர் பாட்டுக்குப் போய்விட்டார்.

நான் கண்களை மூடினேன். அப்படியே உறங்கி விட்டேன். திடீரென்று யாரோ கதவைத் தட்டும் சத்தம் கேட்டு திடுக்கிட்டு விழித்தேன். புது இடம் அல்லவா? நான் எங்கே இருக்கிறேன் என்று நிதானத்துக்கு வருவதற்கே சில நிமிடங்கள் ஆயின. தொடர்ந்து யாரோ அறைக் கதவைத் தட்டிக் கொண்டிருந்தார்கள். மணி இரண்டை நெருங்கியிருந்தது. நான் எழுந்து கதவைத் திறந்தேன். அரசன் நின்று கொண்டிருந்தார். எனக்குத் தூக்கம் மூளையில் ஏறி உட்கார்ந்திருந்தது. பேசாமல் வந்து படுக்கையில் படுத்துவிட்டேன். அப்படியே தூங்கிப் போனேன்.

சென்னை மதுக்கூர் மாதிரி இல்லை. மதுக்கூரில் காலையில் கண் திறக்கும்போதே சேவலும் குயிலும் கூவி, பொழுது விடிந்ததை அறிவித்துக் கொண்டிருக்கும். இங்கே அந்தச் சத்தம் எதுவும் இல்லை. எதிர்வீட்டில் நாய் குரைக்கும் சத்தம் கேட்டது. தெருவில் பைக்கும் ஆட்டோவும் விரைகிற ஓசை கேட்டது.

நான் அறையை விட்டு வெளியே வந்தேன். என் மாமியார் எதிரே வந்து நின்றார்.

'ஏய் எதையும் தொடாதே! நேரா பாத்ரூமுக்கு போ! உன் துணியை நனைச்சுத் தொவைச்சுப் போட்டுட்டு, குளிச்சிட்டு வா! போவும் போது உம் புருஷன் நேத்து போட்டிருந்த துணியையும் எடுத்துட்டுப் போய் தொவைச்சுப் போடு!' என்றார்.

எனக்கு எதுவும் புரியவில்லை. இதுவரைக்கும் நான் இந்த மாதிரி எழுந்ததும் குளிக்கப் போனதில்லை. ஊரில் நான் பாட்டுக்கு

எழுந்திரிப்பேன். முகம் கழுவிவிட்டு, காபி குடிப்பேன். இஷ்டப்படும் போது குளிப்பேன். சில சமயங்களில், சாயங்காலம்கூடக் குளித்திருக் கிறேன். இது என்ன புதிதாக இருக்கிறது? கல்யாணம் ஆனால், இப்படித்தான் இருக்கவேண்டும் போலிருக்கிறது என்று நினைத்துக் கொண்டு திரும்ப என் அறைக்குள் சென்றேன்.

அரசன் அசந்து தூங்கிக் கொண்டு இருந்தார். அவருடைய சட்டை ஆணியில் மாட்டியிருந்தது. அதை மட்டும் எடுத்துக்கொண்டு பாத்ரூமுக்குள் நுழைந்தேன். துணியை நனைப்பதற்கு முன் சட்டைப் பையில் ஏதாவது இருக்கப்போகிறதே என்று துழாவிப் பார்த்தேன். இரண்டு சினிமா டிக்கெட்டுகள் இருந்தன. சரி. யாராவது நண்பரோடு சினிமாவுக்குப் போயிருப்பார் என்று நினைத்துக்கொண்டு டிக்கெட்டைத் தூக்கிப் போட்டேன். துணிகளைத் துவைத்துவிட்டு, குளித்தேன்.

★

எனக்கு எல்லா நாளுமே முதல் நாள் இரவைப் போலத்தான் கழிந்தது. அவர் இரண்டு நாள்களுக்கு ஒரு முறைதான் வீட்டுக்கே வருவார். அதுவும் பாதி ராத்திரியில் வருவார். என்னைத் தொடக்கூட மாட்டார். அவர் இல்லாத நாள்களில் நான் என் மாமியாருடன் படுத்துக் கொள்வேன். சில சமயங்களில் அவரும் ஹாலில் எங்களுடனேயே தூங்குவார். வாழ்க்கை என்றால் ஒரு திருப்புமுனை, கொஞ்சூண்டு சுவாரஸ்யம் இதெல்லாம் வேண்டும் இல்லையா? என் வாழ்க்கையிலும் ஒரு திருப்பு முனை வந்தது. அக்கா நாகவள்ளி வடிவில்.

என் கணவர் இரண்டு நாளைக்கு ஒரு முறை வருகிறார். இரவில் நேரம் கழித்து வருகிறார். எல்லாம் சரி. ஆனாலும் அவரை தினமும் பார்க்கிற வாய்ப்பு எனக்குக் கிடைக்கத்தான் செய்தது. அவருக்கு நான் தான் வீட்டில் இருந்து மதிய உணவு எடுத்துக் கொண்டு போக வேண்டும். மாமியார் சொல்லியிருந்தார். அதைச் சாக்காக வைத்து அவரைப் பார்க்கவாவது செய்யலாமே!

ஒரு நாள் அப்படி அவருக்கு மதியச் சாப்பாடு எடுத்துக் கொண்டு போனபோது அக்கா நாகவள்ளி எதிரில் வந்து கொண்டிருந்தாள். அக்காவைப் பார்த்தவுடன் எனக்குக் கட்டி அழ வேண்டும் போல இருந்தது. நான் ஓடிப் போய் அக்காவின் கைகளைப் பற்றிக் கொண்டேன். என்னைப் பார்த்தவுடன் அக்காவின் முகம் மலர்ந்தது. என்னைப் பேசவே விடாமல் மடமடவென்று கொட்டித் தீர்த்தாள்.

'யேய் கலைவாணி! எப்பிடிம்மா இருக்கே? உன் புருஷன் உன்னை நல்லா வச்சிருக்கிறானா? சரியா சாப்பிடுறியா? பக்கத்து வூட்டுலெல்லாம் எப்பிடி பழகறாங்க? இந்த ஊரு புடிச்சிருக்கா? என்னாலதான் வந்து

உன்னை பாக்க முடியல. பாழா போனவனுக்கு கட்டிவச்சி, ஆறு வருஷமா எனக்கு புள்ள இல்லாமப் போயிடுச்சு. அதையே சொல்லி அவன் செய்ற சித்ரவதையை வேற என்னாலத் தாங்க முடியல. ச்சே! எங்கதையைச் சொல்லி உன்னை அழவச்சிகிட்டு இருக்கேன் பாரு. நான் ஒரு கிறுக்கி. சரி உன் புருஷன் உங்கூட நல்லா பழகுறானா? உன்ன நல்லா வச்சிருக்கானா?'

அக்காவைப் பார்த்த சந்தோஷத்தில் எனக்குப் பேச்சே வரவில்லை. அதுவுமில்லாமல் இப்படிக் கேள்வி மேல் கேள்வி கேட்டால் எதற்கு பதில் சொல்வது. கொஞ்ச நேரம் கழித்துத்தான் பேச ஆரம்பித்தேன்.

'நல்லா இருக்கேங்க்கா. அத்தான் எப்படி இருக்காருக்கா?

'இருக்காரு. ஆமா! நீயும் உம் புருஷனும் சந்தோஷமாத்தானே இருக்கீங்க?'.

அக்கா அப்படிக் கேட்டதும் எனக்கு என்ன சொல்வதென்று புரியவில்லை. பதில் சொல்லாமல் தலையைக் குனிந்தபடி நின்று கொண்டிருந்தேன். நாங்கள் ரோட்டின் ஓரமாக நின்றுகொண்டிருந் தோம். சாலையில் வாகனங்கள் விரைந்துகொண்டிருந்தன. ரோட்டில் போகிறவர்கள் எல்லோரும் எங்களையே பார்ப்பது போல ஒரு பிரமை.

'சொல்லு கலை! ரெண்டு பேரும் ஒண்ணா ரூம்லதானே படுத்துக்கறீங்க?'

'இல்லக்கா! நானு, எங்க மாமியாரு, அவரு எல்லாரும் ஒண்ணாத்தான் படுத்துத் தூங்குவோம்.'

இதைக் கேட்டு அக்கா அதிர்ந்து போனாள். என்னையே உற்றுப் பார்த்தாள்.

'எனக்குத்தான் புள்ள இல்ல. உனக்காச்சும் வயித்துல ஒரு புழு பூச்சி உண்டாகணும்னு நான் வேண்டாத சாமி இல்ல. உனக்குப் பொறக்குற குழந்தையை எடுத்து நல்லா வளக்கணும்னு நான் துடியா துடிச்சிக் கிட்டு இருக்கேன். உன் கதை இப்பிடி போவுதே!'

அக்காவின் முகத்தில் வருத்தம் வெளிப்படையாகத் தெரிந்தது. கொஞ்ச நேரம் இருவருமே எதுவும் பேசாமல் நின்றுகொண்டிருந்தோம். செங்கற்களை ஏற்றிய லாரி ஒன்று கடந்து போனது. அதன் மேல் இரண்டு பெண்களும் மூன்று ஆண்களும் நின்றபடி இருந்தார்கள்.

'சரி. உம் புருஷன் எங்க போறான், என்ன செய்யறான்னு எதயாவது கேட்டியா?'

‘இல்லக்கா. ரெண்டு நாளைக்கு ஒரு நாள் வருவாரு. எங்க போறார்னு தெரியல. அவரு என்கிட்ட மொகம் குடுத்துப் பேசுறதுகூட இல்ல. டெய்லி மத்தியானம் கடைக்குப் போய் அவருக்குச் சாப்பாடு குடுத்துட்டு வருவேன். அவ்வளவுதான்.’

‘சரி. நீ வூட்டுக்கு போ! நான் அக்கம்பக்கத்துல விசாரிக்கிறேன். ரெண்டு நாள் கழிச்சி வந்து உன்னைப் பாக்குறேன்.’ என்றுசொல்லிவிட்டு அக்கா போய்விட்டாள்.

நான் கடைக்குப் போனேன். அந்த நேரத்தில் கடையில் யாரும் இல்லை. அவர் பேப்பரைப் புரட்டிக் கொண்டிருந்தார். நான் சாப்பாட்டுக் கூடையை பெஞ்சில் வைத்தேன். அவர் கை கழுவிவிட்டு வந்தார். நான் பரிமாறினேன். அவர் ஒரு வார்த்தைகூடப் பேசாமல் சாப்பிட்டு முடித்தார். நான் பாத்திரங்களைக் கூடையில் அள்ளிப் போட்டுக்கொண்டு கிளம்பினேன்.

‘நான் கௌம்பறேன்.’

‘ம்.’

அவர் என்னை நிமிர்ந்துகூடப் பார்க்காமல், மறுபடியும் பேப்பரை எடுத்துப் படிக்க ஆரம்பித்தார்.

நடந்தேன். மதிய வெயில் சுள்ளென்று முகத்தில் அடித்தது. வியர்வை உடம்பெங்கும் ஊற்றாகப் பொங்கிக் கொண்டு இருந்தது. தலைமுடியில் இருந்து வியர்வை வழிந்து கழுத்தில் இறங்கிக் கொண்டிருந்தது. வழியில் அவர்களைப் பார்த்தேன். மரத்தடியில் ஒரு பைக் ஸ்டாண்ட் போட்டு நின்றிருக்க, அந்தப் பெண் பைக்கில் உட்கார்ந்திருந்தாள். அவன் அவள் கைகளைப் பற்றிக்கொண்டு நின்றிருந்தான். பார்த்தாலே புதிதாகத் திருமணம் ஆனவர்கள் என்று தெரிந்தது. இருவர் முகத்திலும் அப்படி ஒரு சந்தோஷக் களை. ரோட்டில் யார் போகிறார்கள், யார் பார்க்கிறார்கள் என்ற கவலை கொஞ்சம்கூட இல்லாமல் அவர்கள் பாட்டுக்குப் பேசிக்கொண்டிருந்தார்கள்.

எனக்கு அரசன் நினைவுக்கு வந்தார். நானும் அவரும் இதே போல சந்தோஷமாகச் சிரித்துப் பேசினால் எவ்வளவு நன்றாக இருக்கும்? இப்படி நினைத்துப் பார்க்க, ஒரு பக்கம் மகிழ்ச்சியாகத்தான் இருந்தது. இன்னொரு பக்கம் அவருடைய ‘கடுகடு’ முகமும் வந்து போனது. இதை அவரிடம் சொன்னால் என்ன செய்வார்?

‘உனக்கு எம்மாம் திமிரு இருந்தா ரோட்டுல பாக்கற மாதிரி நடந்துக்க சொல்லுவே?’ என்று கையை நீட்டி அடிக்க வருகிற அரசனின் முகம் தெரிந்தது. இதைச் சொன்னால் வீட்டை விட்டுத் துரத்தினாலும்

துரத்தலாம். ஏதோ என்னிடம் ஆசையாகப் பேசவில்லை என்றாலும் திட்டாமலாவது இருக்கிறார். அதற்காக சந்தோஷப்பட்டுக் கொள்ள வேண்டியதுதான். இப்படி நினைத்தபடி வீடு திரும்பினேன்.

டி.வி.யில் ஒரு படம் ஓடிக்கொண்டிருந்தது. அதிலும் புதிதாகத் திருமணமான தம்பதிகள். கதாநாயகன், கதாநாயகியைப் பாட்டுப் பாடியபடியே துரத்திக்கொண்டிருந்தான். அவளை இடுப்பில் கிள்ளுவதும் கட்டிப்பிடிப்பதுமாக இருந்தான். இதெல்லாம் சினிமாவில் மட்டும்தான் நடக்கும் போலிருக்கிறது. நிஜத்தில் கல்யாணமான இத்தனை நாளில் அவர் என்னைத் தொட்டதுகூட இல்லையே!

அக்கா, குழந்தை அது இது என்று பேசியது நினைவுக்கு வந்தது. உண்மையில், எனக்கும் ஒரு குழந்தை இருந்தால் நன்றாகத்தான் இருக்கும். ஆனால், இதை அவரிடம் எப்படி சொல்வது? சரி. நடப்பது நடக்கட்டும். மாமியார் வெளியே எங்கேயோ போயிருந்தார். அவர் வருவதற்குள் பாத்திரங்களையாவது தேய்த்துவிடலாம் என்று முடிவு செய்தேன். பாத்திரங்களைத் தேய்த்து முடித்ததும் அசதியாக இருந்தது. வந்து பாயில் படுத்தேன். அப்படியே அசந்து உறங்கிப்போனேன்.

★

இரண்டு நாள் கழித்து அக்கா நாகவள்ளி வந்தாள். வரும்போதே அக்கம்பக்கத்தில் விசாரித்துவிட்டு வந்திருப்பாள் போல. என் மாமியார் வீட்டு வாசலில் உட்கார்ந்திருந்தார்.

'வாம்மா! நல்லாருக்கியா?'

'நான் நல்லா இருக்கறது இருக்கட்டும். நீ புள்ளையா வளத்து வச்சிருக்கே?'

அக்கா இப்படிக் கேட்டதும் மாமியார் அதிர்ந்து போய்ப் பார்த்தார். சத்தம் கேட்டு, தெருவில் நடந்து போய்க்கொண்டிருந்த ஒரு பெண் நின்று பார்த்தாள்.

'இன்னா புள்ள வளத்து வச்சிருக்கே? நான் எல்லாத்தையும் விசாரிச்சிட்டுத்தான் வந்திருக்கேன். அவன் ஏற்கெனவே ஒரு பொம்பளைய வச்சிருக்கானாம். உண்மைதானே? அதை மறைச்சு என் தங்கச்சியை அவனுக்குக் கட்டி வச்சிருக்கே. அநியாயமா ஒரு பொம்பளப் புள்ளையோட வாழ்க்கைல மண் அள்ளிப் போட்டுட்டியே! நீ நல்லா இருப்பியா? உன் குடும்பம் வெளங்குமா? நீதான் இப்பிடின்னா நானும் சரியா விசாரிக்காம உம்புள்ளைக்கு என் தங்கச்சியைக் கட்டிக் குடுத்துட்டேனே! கட்டிக் குடுத்து மூணு மாசமாவது. ரெண்டு பேரும் ஒண்ணா மண்ணா படுத்துக்கூட எந்திரிக்கலை. நீயெல்லாம் ஒரு பொம்

பளையா? ஏன் இப்பிடிப் பாவத்தை மூட்டையா கட்றீங்க?' என்று வாய்க்கு வந்தபடித் திட்ட ஆரம்பித்துவிட்டாள் அக்கா.

அதற்குள் சத்தம் கேட்டுத் தெரு ஜனமே கூடிவிட்டது. அக்கா அப்படிப் பேசப் பேச நான் துடித்துப் போனேன். இதெல்லாம் உண்மையா? அடக் கடவுளே! அவர் விலகி, விலகிப் போவதற்கான காரணம் இதுதானா?

'உன் புள்ள வந்தா ஒழுங்கா குடித்தனம் பண்ணச் சொல்லு. இல்லைன்னு வையி! எங்களுக்கும் ஆளு, சாதி, சனம் இருக்கு. நாங்க என்ன பண்ணுவோம்னு தெரியாது' என்று சொல்லிவிட்டு என்னைப் பார்த்துத் தலையசைத்து, அழுதபடியே போய்விட்டாள் அக்கா.

மாமியார் பேயறைந்தது போல உட்கார்ந்திருந்தார். வேடிக்கை பார்த்துக் கொண்டிருந்த தெரு மக்கள் கொஞ்சம் கொஞ்சமாகக் கலைய ஆரம்பித்தார்கள். எனக்கு அடக்க முடியாமல் அழுகை வந்தது. நான் உள்ளே ஓடினேன். படுக்கையில் விழுந்து சத்தம் போட்டு அழுதேன்.

அவருக்கு வேறு ஒரு பெண்ணுடன் தொடர்பா? அதனால்தான் முதல் இரவு அன்றுகூட அவருடைய சட்டைப் பையில் இரண்டு சினிமா டிக்கெட் இருந்ததா? அதனால்தான் அவர் என்னை ஜோடியாக எங்கும் அழைத்துக்கொண்டு போக மாட்டேன் என்கிறாரா? அதனால்தான் அவர் என்னைத் தொட்டுக்கூடப் பேச மாட்டேன் என்கிறாரா? யார் அவள்? என்னை இவருடன் சேர்ந்து வாழ விட மாட்டாளா? இனி என் வாழ்க்கை என்ன ஆகும்? எனக்குக் கலக்கமாக இருந்தது.

அன்று இரவு முழுக்க எனக்குத் தூக்கம் வரவில்லை. எப்படி வரும்? வழக்கம் போல நடு இரவில் அவர் வந்தார். மாமியார்தான் எழுந்து போய்க் கதவைத் திறந்தார். அவரிடம் மாமியார் எதுவும் பேசவில்லை. நான் தூங்கிவிட்டேனா என்று அருகில் வந்து பார்த்தார். நான் தூங்குவது போலக் கண்ணை மூடிப் படுத்திருந்தேன். அவர் நகர்ந்து போய்விட்டார்.

நான் எப்போது தூங்கினேன் என்று எனக்குத் தெரியவில்லை. என்னை மறந்து தூங்கிவிட்டேன். அதி காலை நான்கு மணியிருக்கும். என் காலில் யாரோ நெருப்பை அள்ளிக் கொட்டியது போல இருந்தது. கால் பற்றி எரிந்தது போல எரிச்சல். நான் பதறி, துடித்து எழுந்தேன். வெளியில் வெந்நீர் காயவைத்திருந்த அடுப்பிலிருந்து நெருப்பை அள்ளிக் கொண்டு வந்து என் காலில் போட்டிருந்தார் அரசன். நான் அலறித் துடித்து, வலி பொறுக்க முடியாமல் அறைக்குள் அங்குமிங்கும் ஓடினேன்.

'ஏண்டி! நான் எவளை வேணும்னாலும் வச்சுக்குவேன். அதைக் கேட்க நீங்க யாரு? நீ வெளியில போனாத்தானே இங்க நடக்கறதை உங்க

அக்காகிட்ட சொல்லுவ? இதுதானே வெளியில போற காலு! இந்தக் காலைக் கொளுத்திட்டா எப்பிடி வெளியில போவே? இதோ பாரு. நான் ஒருத்திய வச்சிருக்கேன். அவளோடதான் குடித்தனம் பண்ணுவேன். என்ன செய்யணுமோ செஞ்சுக்கோ! உன்னை எங்கம்மாவுக்குச் சோறாக்கி போடுறதுக்கும், துணி தொவச்சி போடறதுக்கும்தான் கல்யாணம் பண்ணிக்கினு வந்தேன். ஒழுங்கா இருந்தா இங்கியே இரு. இல்லியா, ஓடிப்போயிரு' என்று சொல்லிட்டு அரசன் கிளம்பிப் போய்விட்டார்.

காலில் நெருப்பைக் கொட்டியதில் வலி உயிரைப் பிடுங்கிக் கொண்டிருந்தது. அதைவிட மனதில் யாரோ கத்தியால் கீறியது போல வலி. நானா கல்யாணம் வேண்டும் என்று கேட்டேன்? மதுக்கூரில் ஒரு சிட்டுக் குருவியைப் போலத் துள்ளிக் கொண்டு திரிந்தேனே! என்னை ஏன் இங்கு கொண்டு வந்து போட்டு சித்ரவதை செய்ய வேண்டும்? சென்னையில் மனிதர்களே இருக்கமாட்டார்களோ? எதிர்த்துப் பேசினால் கொலையே செய்துவிடுவார்கள் போலிருக்கிறதே! இவ்வளவு கொடுமைப்படுத்துகிறார்களே!

அந்தக் கணத்தில் நான் ஒரு முடிவுக்கு வந்தேன். புருஷனும் வேண்டாம். குழந்தையும் வேண்டாம். ஊருக்கே போய்விடலாம். ஆனால், அம்மாவை நினைத்தால் எனக்கு பயமாக இருந்தது. அம்மாவுக்கு இதெல்லாம் தெரிந்தால் மிகவும் வருத்தப்படுவாள். அவள் இதயம் வெடித்துவிடும். ஆனால், இனியும் ஒரு கணம் கூட இங்கே இருப்பதில் அர்த்தம் இல்லை. மாமியார் கடைக்குப் போயிருந்த நேரமாகப் பார்த்து நான் வீட்டிலிருந்து வெளியேறினேன். கால் வலி பொறுக்க முடியாததாக இருந்தது. மெல்ல நடந்தேன். எங்கு போவது? அந்தச் சமயத்தில் எனக்கு அக்கா வீட்டை விட்டால் வேறு போக்கிடம் இல்லை. எப்படியோ நடந்தே அக்கா வீட்டுக்குப் போய்ச் சேர்ந்தேன்.

நான் போனபோது, அக்கா வாசலில் மீன் ஆய்ந்து கொண்டிருந்தாள். என்னைப் பார்த்ததும் பதறி அடித்துக் கொண்டு எழுந்து ஓடி வந்தாள்.

'என்னா கலைவாணி! அழுதுகிட்டே வர்றே? என்ன ஆச்சு? உம் புருஷன் அடிச்சிட்டானா?. வேற யாராவது எதுனா சொன்னாங்களா? சொல்லுடி, சொல்லு!' என்று என்னை உலுக்கினாள். அவள் போட்ட கூச்சலில் தெருவே கூடி நின்று வேடிக்கை பார்த்தது. நான் பதில் எதுவும் சொல்லாமல் வீட்டுக்குள் ஓடினேன். தரையில் விழுந்து அழுதேன்.

'கலைவாணி! என்னாடி ஆச்சு உனக்கு?' என்று புலம்பியபடி உள்ளே வந்தாள் அக்கா. வந்தவள் என் காலை பார்த்ததும் மிரண்டு போனாள்.

'அய்யோ! என்னடி இது! தீ கொப்பளமா இருக்கு! என்னா ஆச்சு?' கதறி அழுதாள். என்னைத் தோளோடு அணைத்துக் கொண்டாள். நான் அழுகையை நிறுத்திவிட்டு நடந்ததை விளக்கமாகச் சொன்னேன்.

‘மதுக்கூர்ல சந்தோஷமா ஆடிப்பாடி திரிஞ்சுக்கிட்டு இருந்தே! உனக்குப் பாதுகாப்பா இருக்கும்னு இந்தப் படுபாவி... அதான் உங்க அத்தான் சொன்னான்னு பாழுங்கெணத்துல புடிச்சுத் தள்ளிட்டேனேடி. எனக்குத்தான் வாழ்க்கை இப்பிடி ஆயிடுச்சின்னா, உனக்குமா இப்பிடி அமையணும்? எல்லாம் நம்ம விதி. வரட்டும் அந்த ஆளு. இவனுகளை சும்மா வுடக்கூடாது. போலீஸ்ல கம்ப்ளெயிண்ட் பண்ணி உள்ள தள்ளணும்’ என்று பொருமினாள் அக்கா. பிறகு என்னை எழுப்பினாள்.

‘வாடி! மீன் வாங்கியாந்திருக்கேன். ரெண்டு வாய் தின்னுட்டு அப்புறம் படு! தோ! அஞ்சு நிமிஷத்துல சமைச்சிடுறேன்’ என்று சொல்லிட்டு அடுப்படிக்குப் போனாள் அக்கா. சாப்பிடவே பிடிக்காமல் அரை குறையாகச் சாப்பிட்டு முடித்தேன். சாப்பிட்ட பிறகு, என்ன பேசுவது என்று தெரியாமல் இருவரும் வாசலையே பார்த்தபடி உட்கார்ந் திருந்தோம்.

சிறிது நேரத்தில் அத்தான் வந்தார். என்னை ஆச்சரியமாகப் பார்த்தார். நடந்த எல்லாவற்றையும் அக்கா அவரிடம் சொன்னாள். அத்தான் மிக நிதானமான குரலில் சொன்னார்.

‘ஆம்பளைன்னா அப்படி இப்படித்தான் இருப்பான். எனக்கு மட்டும் அவன் இப்பிடிப்பட்ட ஆளுன்னு தெரியுமா என்ன? நடந்தது நடந்து போச்சு. போலீஸ்ல கம்ப்ளைண்ட் குடுத்தா அவனுக்கு ஆயிரம், இவனுக்கு பத்தாயிரம்னு செலவுதான் ஆகும். இனிமே அவன்கூட இவ வாழுறதுல அர்த்தம் இல்ல. நாலு பெரிய மனுஷனுங்களைக் கூப்பிட்டு, பேசி, அறுத்து வுட்டுற வேண்டியதுதான். இதுக்குப் போயி ஏன் சும்மா கத்திக்கினு இருக்கே? ஏதோ ஊரு, உலகத்துல நடக்காதது நடந்துட்ட மாதிரி?’

‘என்னங்க பேசுறீங்க நீங்க? அறுத்து விட்டுட்டா இவ வாழ்க்கை என்ன ஆகுறது?

‘உனக்குத் துணையா அவ பாட்டுக்கு இங்க கெடக்கறா’ என்று சொல்லிவிட்டு பதிலை எதிர்பார்க்காமல், வெளியில் போய்விட்டார் அத்தான்.

நான் அக்காவுக்குத் துணையாக இங்கேயே இருக்கப் போகிறேனா? எனக்கு மனது நிறைந்து போனது. இனிமேல் அக்காவோடுதான் வாழப்போகிறோம் என்று நினைக்கவே சந்தோஷமாக இருந்தது. மதுக்கூரில் அக்காவோடு ஆடிப் பாடி மகிழ்ந்த நாள்கள் எல்லாம் நினைவுக்கு வந்தன. அத்தான் இவ்வளவு தீர்க்கமாக முடிவெடுப்பார் என்று நான் நினைத்துப் பார்க்கவில்லை. அவர் எடுத்த முடிவில் தீவிரமாகவும் இருந்தார் என்பது கொஞ்ச நேரத்திலேயே தெரிந்து போனது.

வெளியில் சென்றிருந்த அத்தான் நாலு பேரோடு வீட்டுக்குள் நுழைந்தார். கூடவே அரசனும் வந்திருந்தார். அரசனைப் பார்த்ததும் அக்காவின் ஆத்திரம் எல்லை கடந்தது. கூட யார் வந்திருக்கிறார்கள், எப்படி பேச வேண்டும் என்று எதையும் அவள் யோசிக்கவில்லை.

'ஏண்டா! நீயெல்லாம் அக்கா தங்கச்சிக்கூட பொறக்கல? ஒரு பொண்ணை இப்பிடி சித்திரவதை பண்ணியிருக்கியே? வேற எவளோடயோ வாழணும்னு முடிவு பண்ணிட்டீல்ல? அப்புறம் ஏண்டா இவளைக் கட்டிக்கிட்டே? ஏன் இவ வாழ்க்கையை சீரழிச்சே? வரதட்சணையா கடைதான் வேணும்னு கறாரா கேட்டே இல்ல? அந்த மாதிரி கேக்கத் தெரிஞ்ச உனக்கு இவளை ஒழுங்கா வச்சு வாழணும்னு தோணலியா?'

'ஏய் பேசாம இருக்க மாட்டே? பேசுறதுக்குத்தானே இத்தினி பேரு வந்திருக்கோம்?' என்று அக்காவை அடக்கினார் அத்தான். வந்தவர்கள் எல்லோரையும் உட்கார வைத்தார் அத்தான். அரசன் ஓர் ஓரமாக நின்று கொண்டிருந்தார். நான் அவரைப் பார்க்கப் பிடிக்காமல் முகத்தைத் திருப்பிக் கொண்டேன்.

வந்திருந்தவர்களில் ஒருவர் அரசனிடம் கேட்டார்: 'நீ என்னப்பா சொல்றே?'

'சரி. அனுப்பி வைங்க! இனிமே ஒழுங்கா பாத்துக்கிறேன்.' என்றார் அரசன்.

அவர் அப்படிச் சொன்னதும், காலில் கொட்டிய நெருப்பு என் தலையில் விழுந்தது மாதிரி இருந்தது எனக்கு.

என்னைக் காப்பாற்ற வந்த கடவுளைப் போலப் பேசினார் அத்தான். 'இல்லப்பா. அந்தப் புள்ளைக்கி உன்கூட வர விருப்பம் இல்ல. அது இங்கேயே இருக்கட்டும். நீ அடுத்த வேலையப் பாரு.' என்றார்.

எனக்கு நிம்மதியாக இருந்தது. ஆனால் அக்காவின் முகம் வாடிவிட்டது. அவர் அப்படிச் சொன்னது அவளுக்குப் பிடிக்கவில்லை என்பது வெளிப்படையாகவே தெரிந்தது. அது ஏன் என்று எனக்குப் புரியவில்லை.

அத்தான் கூட வந்தவர்கள் தங்களுக்குள் கொஞ்ச நேரம் பேசினார்கள்.

'சரி. பொண்ணு எங்க இருக்கணும்னு விருப்பப்படுது?' என்று கேட்டார் ஒருவர்.

'அதை என்னாங்க கேக்குறது? சின்னப் புள்ள...' என்றார் அத்தான்.

‘அதுவும் சரிதான். சரி அரசா! அதான் அவங்க முடிவை சொல்லிட்டாங்கள்ல? இனிமே ஆக வேண்டியதைப் பாரு. இனிமே இந்தப் புள்ளையோட சேந்து வாழறது ஆகாத கதை. அவங்க வாங்கிக் குடுத்த பொருள், நகை, கடை அட்வான்சு எல்லாத்தையும் பத்து நாளைக்குள்ள திருப்பிக் குடுத்துடு. நீ வேற கல்யாணம் பண்ணிக்கறதா இருந்தாலும் ஆட்சேபனை இல்லை’ என்று சொன்னவர் திரும்பி அத்தானிடம் கேட்டார்: ‘ என்ன? நான் சொல்றது சரிதானே?’

‘ரொம்ப சரிங்க.’

எல்லோரும் கிளம்பிப் போனார்கள். யதேச்சையாக என் கழுத்தைப் பார்த்தேன். அரசன் கட்டிய தாலி அர்த்தமில்லாமல் தொங்கிக் கொண்டிருந்தது.

3. ஆண் துணை!

இரண்டு நாள்களுக்கு என்னவோ போல இருந்தது. பிறகு சரியாகி விட்டேன். நடந்ததெல்லாம் ஒரு கனவு என்று நினைக்கத் தோன்றியது. ஆனாலும் காலில் பட்ட சூட்டு காயம் நடந்தது கனவல்ல என்று அவ்வப்போது நினைவுபடுத்திக் கொண்டே இருந்தது.

அத்தான் என் மேல் மிகவும் பிரியமாக இருந்தார். வெளியில் போய் விட்டு வீட்டுக்குள் வரும்போதே என்னை அழைத்தபடிதான் வருவார்.

'கலைவாணி! இந்தா பூவு. பையில மிக்சர் வெச்சிருக்கேன் எடுத்து சாப்புடு!' என்று தினமும் எதையாவது கொடுப்பார். சந்தர்ப்பம் கிடைக்கும் போதெல்லாம், 'எதுனா வேணும்னா அத்தானைக் கேளு. கேக்குறதுக்குக் கூச்சமே படக்கூடாது. என்ன?' என்பார்.

வீட்டில் இருக்கும் போதும் அவர் கண் பார்வையில் படுகிற மாதிரி நான் நடமாட வேண்டும். நான் வாசலிலோ அல்லது எதிர்வீட்டிலோ நின்று பேசிக்கொண்டிருந்தால் சத்தம் போட்டுக் கூப்பிடுவார்.

'இந்தா கலைவாணி! எங்க இருக்கே? இங்க வா! எவ்வளவு குப்பையா இருக்கு பாரு. இந்த இடத்தைப் பெருக்கு. துணியை எல்லாம் உங்க அக்கா சுருட்டிப் போட்டிருக்கா பாரு! அதை எடுத்து பீரோவுல மடிச்சி வையி!' என்று ஏதாவது வேலை சொல்லிக் கொண்டே இருப்பார்.

அக்காவும் அத்தானும் அவர்களுடைய அறையில் படுத்திருப்பார்கள். நான் வராண்டாவில் படுத்திருப்பேன். எனக்கென்னவோ இருட்டில் அத்தான் அங்கும் இங்கும் நடப்பது போலத் தோன்றும்.

இப்படியே இரண்டு வாரங்கள் கழிந்திருக்கும். அன்று காலை, வாசலுக்குத் தண்ணீர் தெளித்துக் கொண்டிருந்தேன். அம்மா வந்து எதிரே நின்றாள். நான் பாத்திரத்தைக் கீழே போட்டுவிட்டு அம்மாவைக் கட்டிப் பிடித்துக்கொண்டு அழுதேன். அவள் எவ்வளவோ தேற்றியும் என்னால் அழுகையைக் கட்டுப்படுத்த முடியவில்லை. அம்மாவும் அழுதாள்.

அம்மாவுக்கு ஏதோ உறுத்தியிருக்க வேண்டும். மிகப் பெரிய தப்பு செய்தது போல என் முகத்தை நேருக்கு நேராகப் பார்க்கவே கூசினாள். எனக்கே அவளைப் பார்க்க ஒரு மாதிரியாக இருந்தது. ஒரு கட்டத்தில் நான் அவளைத் தேற்ற வேண்டியதாகிவிட்டது.

'சரி. வுடும்மா. இப்படி நடக்கும்னு தெரிஞ்சேவா எனக்கு நீ கல்யாணம் பண்ணி வச்சே? ஏதோ இதோடயாவது போச்சே! ஊர்ல எல்லாரும் நல்லா இருக்காங்களா? காய்கறிக் கடை எப்பிடிப் போவுது?' என்று பேச்சை மாற்றினேன்.

அக்கா பேச்சின் திசையையே மாற்றினாள்.

'சரிம்மா. கையைக் கழுவிட்டு சாப்புடு! சீக்கிரமா கெளம்பினாத்தானே நேரத்தோட இவளைக் கூட்டிக்கிட்டு ஊருக்குப் போக முடியும்? மத்ததையெல்லாம் நான் ஊர்ல வந்து பேசிக்கிறேன்.'

'ஊருக்கா? எந்த ஊருக்குக்கா?'

'வேற எங்க, மதுக்கூருக்குத்தான்.'

அதற்குப் பிறகு அக்கா எதுவும் பேசவில்லை. எங்களைக் கிளப்புவதில் குறியாக இருந்தாள் என்பது வெளிப்படையாகத் தெரிந்தது. என்னுடைய துணி, மணிகளையெல்லாம் முன்கூட்டியே தயாராக எடுத்து வைத்திருந்தாள். அம்மாவும் நானும் சாப்பிட்டு முடித்தோம்.

சாப்பிடும் போது நான் மெதுவான குரலில் சொன்னேன்: 'அத்தான் வந்ததும் சொல்லிட்டுப் போறேனேக்கா?'

'சரியாப் போச்சு. அந்த ஆளு வர்றதுக்கு முன்னாடி உங்களை ஊருக்கு அனுப்பிடணும்னு பாக்குறேன். நீ என்னடான்னா, அவருகிட்ட சொல்லிட்டுப் போறேங்குறே! அந்த ஆள் வந்தா ஏன், எதுக்குன்னு தேவயில்லாம பேசி மனசைக் கலைச்சுடுவான். நீ ஊருக்குப் போறதை தடுத்துடுவான்.' அக்கா அம்மாவைப் பார்த்தாள். அம்மா, ஏதோ புரிந்தது போலத் தலையாட்டினாள். சாப்பிட்டு முடித்ததுமே இருவரும் புறப்பட்டு விட்டோம். நான் அக்காவிடமும் அக்கம் பக்கத்திலும் சொல்லிக் கொண்டேன்.

பூக்கடை பேருந்து நிலையத்திலிருந்து கிளம்பும் பட்டுக்கோட்டை பஸ்ஸில் ஏறி உட்கார்ந்தோம். வழியெங்கும் அம்மா புலம்புவதும் அழுவதுமாக இருந்தாள். பட்டுக்கோட்டைக்கு நாங்கள் வந்து சேர்ந்த போது மாலை ஆறு மணி. அங்கிருந்து நானும் அம்மாவும் மதுக்கூர் டவுன் பஸ்ஸைப் பிடித்தோம்.

மதுக்கூரில் எந்த மாற்றமும் இல்லை. மூன்று மாதத்துக்கு முன் நான் பார்த்த மாதிரியே இருந்தது. பஸ்ஸை விட்டு இறங்கி, வீடு நோக்கி

நடந்தோம். வழியில் வந்தவர்களெல்லாம் என்னை ஆச்சரியமாகப் பார்த்தார்கள். ஒவ்வொருவருக்கும் நின்று பதில் சொல்ல வேண்டியிருந்தது. என் சோகம், நான் போய்ச் சேர்ந்த கொஞ்ச நேரத்திலேயே மதுக்கூர் முழுக்கப் பரவிவிட்டது.

வயிறு என்று ஒன்று இருக்கிறது. வாழ்க்கை என்று ஒன்று இருக்கிறது. அதற்கு முன்னால் எப்பேர்ப்பட்ட சோகமாக இருந்தாலும் தூசு மாதிரி தானே? நான் அம்மாவுடன் வழக்கம்போலக் காய்கறிக் கடைக்குப் போனேன். அவள் குழந்தைகளைக் குளிப்பாட்டவும், மருந்து கொடுக்கவும் போகும் இடத்துக்கெல்லாம் பின் தொடர்ந்தேன். மீதி இருக்கும் நேரங்களில் என் வயது பெண்களுடன் காட்டிலும் மேட்டிலும் சுற்றித் திரிந்தேன். மூன்று மாத காலத் திருமண வாழ்க்கை என்பது கிட்டத்தட்ட ஒரு குழந்தை எழுதி அழித்த சிலேட் பலகை மாதிரி ஆகிவிட்டது.

நான் தோழிகளுடன் போகும்போது யாரோ என்னைக் கண்காணிப்பது போலவும், என்னைப் பின்தொடர்வது போலவும் இருக்கும். திரும்பிப் பார்த்தால் யாரும் இருக்க மாட்டார்கள். அது ஒரு வேளை பிரமையோ என்றுகூட நினைத்தேன். அது பிரமையல்ல, உண்மை என்பது ஒரு நாள் எனக்குத் தெரிய வந்தது. ஒரு தோழி மூலமாக..

அவர் பெயர் ராஜு. செட்டியார் வீட்டில் வேலை பார்த்துக் கொண்டிருந்தார். சொந்த ஊர் தஞ்சை. இந்த விவரமெல்லாம் எனக்குப் பின்னால் தெரிய வந்தது.

‘யேய்! அந்த ராஜுல்ல? நீ கல்யாணம் பண்ணிக்கிட்டு போனது லேர்ந்து, என்னைப் பாக்குறப்போல்லாம் உன்னைப் பத்தி விசாரிச்சுக் கிட்டே இருந்தாரு. ஒரு நாள் பொறுக்க மாட்டாம அவருகிட்டயே கேட்டுட்டேன். ‘ஏங்க கலைவாணியப் பத்தியே விசாரிக் கிறீங்க?’ன்னு. அவரு உன்னை மனசார காதலிக்கிறாராம். இப்பக்கூட நேரம் கிடைக்குறப்போல்லாம் உன் பின்னாடியே வந்து உன்னைப் பாத்துட்டுப் போறாரு. அவர் உன்னைக் காதலிக்கறதை உன்கிட்ட சொல்லச் சொன்னாரு. எனக்குத்தான் கொஞ்சம் தயக்கமா இருந்துச்சு. நேத்து நீ துணி துவைக்கறதுக்காக மோட்டார் கொட்டகைக்குப் போனேல்ல? அப்போ என்னை வழியில பாத்தாரு. ‘என்னா செல்வி நான் சொன்னதை உன் கூட்டாளிகிட்ட சொன்னியா?’ன்னு கேட்டாரு. நான் அவருகிட்ட, ‘இல்லண்ணா! அவளே கல்யாணம் பண்ணி நொந்து போய் வந்திருக்கா. யாராச்சும் கல்யாணம்னு பேசினாலே பயந்து போயிடறா. அவகிட்ட போயி இதை எப்படிச் சொல்றதுன்னு சொல்லிட்டேன்’ என்றாள் செல்வி.

ராஜுக்கு வயது இருபத்தைந்து இருக்கும். பார்ப்பதற்கு மிடுக்காக இருப்பார். பார்வையில் எப்போதும் ஒரு பரிவு இருக்கும். அப்போது

எனக்கு பதினாறு வயது. காதல் வந்து, உடம்புக்குள் மையம் கொண்டு, மூளையைக் குடையும் பருவம். இருந்தாலும் நான் ஏற்கெனவே திருமணமானவள். எனக்கேற்பட்ட கசப்பான அனுபவத்தால் திருமணம் என்ற வார்த்தையைக் கேட்டாலே எனக்கு பயமாக இருந்தது. எந்த ஆணைப் பார்த்தாலும் அரசன் ஞாபகம் வந்தது. ஆனால், ராஜுவைப் பார்க்கும்போது அப்படித் தோன்றவில்லை. நிச்சயம் அரசனைப் போல நடந்துகொள்ள மாட்டார் என்றுதான் தோன்றியது.

அன்று இரவு முழுக்க புரண்டு புரண்டு படுத்துக் கொண்டிருந்தேன். இந்த ராஜுவுக்கு என்ன பதில் சொல்வது? சரி என்பதா? வேண்டாம் என்று ஒதுக்கித் தள்ளி விடுவதா? எனக்கு ஒன்றும் புரியவில்லை.

பொழுது விடிந்தது. துணிகளை எடுத்துக்கொண்டு பம்ப் செட்டில் குளிப்பதற்காகக் கிளம்பினேன். ராஜுவைப் பார்க்க வேண்டும் என்ற ஆசை உள்ளூர ஊறிக் கிடந்தது. இந்த நேரத்தில் ராஜு அந்தப் பக்கம் வருவார் என்று எனக்குத் தெரியும். அதோடு, இவ்வளவு அதி காலையில் யாரும் அங்கே குளிக்க வர மாட்டார்கள் என்ற நம்பிக்கையும் எனக்கு இருந்தது. பம்ப் செட்டிலோ, வழியிலோ யாரும் இல்லை. ராஜுவையும் காணவில்லை.

நான் குளிப்பதற்கு அதிக நேரம் எடுத்துக் கொண்டேன். 'ராஜு! எங்கே இருக்கிறீர்கள்? சீக்கிரம் வாங்களேன்!' என்று மனத்துக்குள் ஒரு குரல் அரற்றிக் கொண்டிருந்தது. அந்த பாழாய்ப் போன ராஜு வரவே இல்லை. ஒரு வழியாகக் குளித்து முடித்து வீட்டுக்குக் கிளம்பினேன். எதிரே ராஜு வந்தார். நான் அவரை கவனித்தும் கவனிக்காதது போல நடந்தேன். ராஜு என்னை வழி மறித்தார்.

'ஏ புள்ள! நில்லு. நான் சொன்னதா உன் கூட்டாளிங்க எதுனா சொன்னாங்களா??' என்று கேட்டார்.

நான் பதில் எதுவும் பேசாமல் அப்படியே நின்றேன். அவருடைய குரலை இப்போதுதான் முதன்முதலாகக் கேட்கிறேன். எனக்கு என்ன பதில் சொல்வது என்று தெரியவில்லை. கூடவே அவர் இன்னும் கொஞ்ச நேரம் பேச மாட்டாரா என்று இருந்தது.

'கேக்கறேன் இல்ல, பதில் சொல்லு!'

'சொன்னாங்க, சொன்னாங்க. நான் யோசிச்சி சொல்றேன்' என்று சொல்லிவிட்டு விறுவிறுவென நடந்து வீட்டுக்கு வந்தேன்.

நான் பதில் சொல்லவில்லை என்றாலும், அவர் என்னைப் புரிந்து கொண்டிருப்பார் என்கிற நம்பிக்கை எனக்கு இருந்தது. அடுத்த நாளும் அதிகாலையிலேயே பம்ப் செட்டுக்குக் குளிக்கப் போனேன். ராஜு வந்தார். அதற்கு அடுத்த நாளும் போனேன். ராஜு வந்தார். நான்

குளிக்கப் போவது தினமும் தொடர்ந்தது. ராஜுவும் தொடர்ந்து வந்தார். நாங்கள் பேசினோம். மனம்விட்டுப் பேசினோம். ராஜு எளிமையானவராக இருந்தார். அவருக்கு என்னையும் எனக்கு அவரையும் பிடித்துப் போனது. இருவரும் காதல் வயப்பட்டோம்.

மதுக்கூர் கிராமம். மிகக் குறைந்த எண்ணிக்கையிலான வீடுகள். இப்படி தினமும் நாங்கள் சந்திப்பது ஊருக்குத் தெரியாமல் போகுமா என்ன? தெரியத்தான் செய்தது. ஊரிலிருக்கிற ஒவ்வொருவருக்கும் எங்கள் காதல் தெரிந்து போனது.

அது ஒரு மாலை நேரம். என் தோழிகளுடன் அரட்டை அடித்துவிட்டு வீட்டுக்குப் போனேன். அம்மா வாசலில் உட்கார்ந்திருந்தாள். நான் வீட்டுக்குள் நுழைந்ததும் அவளும் உள்ளே வந்தாள்.

‘ஏய் கலைவாணி! நான் கேள்விப்பட்டதெல்லாம் நெஜந்தானா?’

அம்மா நேரடியாக விஷயத்துக்கு வந்தாள். அவள் என்ன கேட்கிறாள் என்பது எனக்குப் புரிந்துதான் இருந்தது. இருந்தாலும் புரியாதது போலக் கேட்டேன்.

‘என்னம்மா?’

‘நீயும் அந்த ராஜுவும் ஒண்ணா சுத்துறீங்களாமே, என்ன விஷயம்?’

நான் தலையைக் குனிந்து கொண்டேன். இனிமேல் மறைப்பதில் அர்த்தமில்லை. எப்படியானாலும் இதை அம்மாவிடம் ஒரு நாள் பேசித்தானே ஆகவேண்டும். மெதுவான குரலில் சொன்னேன்.

‘அம்மா, அவரு என்னைக் கல்யாணம் பண்ணிக்கிறேங்கறாரும்மா. எனக்கும் இஷ்டம்தான்.’

‘கலைவாணி! இது சரியா வருமா? நமக்கு நேரமே சரியில்ல. ஏற்கெனவே சரியா விசாரிக்காம ஒரு இடத்துல உன்னை கட்டி குடுத்திட்டு அவமானப்பட்டு நிக்கிறோம். இப்பத்தான் அந்தப் பேச்சே கொஞ்சம் அடங்கியிருக்கு. இந்த ராஜு எப்பிடிப்பட்டவன்னு யாருக்குத் தெரியும்?’

அம்மாவுக்கு அவளுடைய கவலை. நான் நன்றாக இருக்க வேண்டுமே என்கிற அக்கறை. அவளும் என்னதான் செய்வாள் பாவம்!

‘அம்மா! நான் நல்லா விசாரிச்சுப் பார்த்துட்டேம்மா. அவர் ரொம்ப நல்லவரும்மா. அவரைக் கல்யாணம் செஞ்சுக்கிட்டதுக்கு அப்புறம் நீ என்னைப் பத்திக் கவலைப்படாம நிம்மதியா இருப்பேம்மா.’

நான் அம்மாவை சமாதானப்படுத்தினேன். அதற்குப் பிறகு எனக்கும் ராஜுவுக்கும் இடையிலான காதல் தீவிரமானது.

எனக்கு சின்ன வயதிலிருந்தே ஒரு பழக்கம். எந்த விஷயமாக இருந்தாலும் அக்காவிடம் சொல்லிவிடுவேன். அப்படிச் சொன்னால் தான் எனக்கு நிம்மதியாக இருக்கும். என் காதல் விவகாரத்தை அக்காவிடம் எப்படி சொல்வது என்று தவித்துக் கொண்டிருந்தேன். என் தவிப்புப் புரிந்ததோ, என்னவோ? அக்கா அடுத்த வாரமே மதுக்கூருக்கு வந்தாள்.

அன்று மாலையே அக்காவை அழைத்துப் போய் ராஜுவை அறிமுகப் படுத்தினேன். நாங்கள் இருவரும் காதலிப்பதைச் சொன்னேன். அக்கா ராஜுவிடம் பேசினாள். அவருடைய எளிமை அவளுக்குப் பிடித்துப் போனது.

வீட்டுக்கு வந்ததும், என் கைகளைப் பற்றிக் கொண்டாள்.

'கலைவாணி! இனிமே உன் வாழ்க்கை நல்லா இருக்கும்' என்று சொல்லிப் பெருமூச்சு விட்டாள்.

அடுத்த நாள் ஊருக்குக் கிளம்பினாள் அக்கா. 'அத்தான்கிட்ட பேசறேன். சீக்கிரமே கல்யாணத்துக்கு ஏற்பாடு செஞ்சுடலாம், என்ன?' என்று சொல்லிக் கண்ணடித்தாள். நான் வெட்கத்தோடு சிரித்தேன்.

அக்கா வந்துவிட்டுப் போனதற்குப் பிறகு எனக்கும் ராஜுவுக்குமான நெருக்கம் அதிகமானது. அக்காவே ராஜுவை நம்பலாம் என்று சொல்லிவிட்டாளே! மனத்தளவில் நானும் அவரும் தம்பதிகளாக வாழ ஆரம்பித்தோம். ஒரு வரையறைக்குள்ளேயே எங்கள் காதலைப் பகிர்ந்து வந்த நாங்கள், ஒரு நாள் எல்லை மீறினோம். நானும் ராஜுவும் பரஸ்பரம் உடலைப் பரிமாறிக் கொண்டோம். அதுதான் ஓர் ஆணின் உடலை நான் அறிந்த முதல் தருணம். அப்படி நடந்ததற்காகக் கூனிக் குறுகினேன். எதிர் காலத்தை நினைத்து பயந்தேன். அழுதேன். அவர் என்னைத் தேற்றினார்.

'ஏன் இப்பிடி பயப்படுறே? நானும் நீயும் கல்யாணம் பண்ணிக்கப் போறதுதான் முடிவாயிடுச்சே! அப்புறம் என்ன?'

அதற்குப் பிறகுதான் நான் சமாதானமானேன். அக்கா ஊருக்குப் போய் ஒரு மாதம் ஆகியிருக்கும். அவளிடமிருந்து ஒரு பதிலும் வரவில்லை. அத்தான் ஏதாவது மறுத்துச் சொல்லியிருப்பாரோ? சே! சே! அவர் ஏன் மறுக்க வேண்டும்? இத்தனைக்கும் அவருக்கு என் மேல் பிரியம் அதிகம். என் எதிர்காலத்தைப் பற்றி யோசிக்காமல் இருப்பாரா என்ன? இன்னும் கொஞ்ச நாள் பொறுத்துத்தான் பார்ப்போமே!

நான் இப்படி நினைத்தாலும், ராஜுவுக்குப் பொறுமை இல்லை. அவசரப்படுத்தினார்.

‘இன்னும் எத்தனை நாளைக்குத்தான் இப்பிடி கெணத்து மேட்டு பம்ப் செட்டுலயும், தோப்புலயும் சந்திச்சுக்கிட்டு இருக்குறது? நீயே நேரா போய் உன் அக்காகிட்ட பேசி, ஒரு முடிவைத் தெரிஞ்சுக்கிட்டு வாயேன்!’ என்றார் ராஜு. எனக்கும் அது சரி என்று பட்டது.

அடுத்த நாளே நான் அம்மாவிடம் சொல்லிக் கொண்டு சென்னைக்குக் கிளம்பினேன். பட்டுக்கோட்டையிலிருந்து சென்னைக்குக் கிளம்பும் பஸ்ஸில் ஏறி உட்கார்ந்தேன். பஸ் கிளம்பியது. கொஞ்ச நேரத்தில் அந்தப் பிரச்னை ஆரம்பித்தது. பெண்களுக்கேயான பிரத்யேகப் பிரச்னை. மாதவிடாய் பிரச்னை. பஸ்ஸில் இருந்து இறங்கவும் முடியாது. நடுமுதுகு எலும்பு முறிந்து போகிற மாதிரி அப்படி ஒரு வயிற்று வலி. என்னால் தாங்க முடியவில்லை. எப்படியோ பல்லைக் கடித்துப் பொறுத்துக் கொண்டேன்.

அக்கா வீட்டுக்கு வந்தேன். அக்கா வீட்டில் இல்லை. அத்தான் மட்டும்தான் இருந்தார்.

என்னை ஆச்சரியமாகப் பார்த்தார். ‘வா கலைவாணி! தனியாவா வந்தே?’

‘ஆமா அத்தான். அக்கா எங்க?’

‘வெளிய போயிருக்கா. இப்ப வந்துடுவா. ஏதாவது சாப்பிடுறியா?’

‘இல்ல அத்தான். அக்கா வரட்டும்.’

நான் வந்ததில் அத்தான் மிகவும் சந்தோஷப்பட்டார் என்பது அவர் முகத்தைப் பார்த்தாலே வெளிப்படையாகத் தெரிந்தது. அத்தானிடம் விஷயத்தைப் போட்டுவிடலாமா என்றுகூடத் தோன்றியது. எதற்கும் அக்கா வரட்டும் என்று காத்திருந்தேன்.

அக்கா வந்தாள். என்னைப் பார்த்த சந்தோஷத்தில் என் கைகளை இறுகப் பற்றிக் கொண்டாள்.

‘அம்மா எப்பிடி இருக்காங்க?’

‘நல்லா இருக்காங்கக்கா.’

அத்தான் எங்கேயோ வெளியே கிளம்பிப் போனார். நான் அக்காவிடம் மெல்லப் பேச்சுக் கொடுத்தேன்.

‘என்னக்கா நானும் ராஜுவும் கல்யாணம் பண்ணிக்கப் போற விஷயத்தை அத்தான்கிட்ட சொன்னியா?’

‘இன்னும் இல்ல.’

‘ஏன்?’

‘எல்லாத்துக்கும் நேரம் அமையணும்ல. அவர் மூடு எப்பிடி இருக்குன்னு பார்த்துத்தானே சொல்லணும்?’

‘நான் வந்தப்போ அத்தான் தனியா இருந்தாரா... நானே சொல்லிடலாம்னு பாத்தேன். எதுக்கும் நீ வந்ததும் கேட்டுட்டுச் சொல்லலாம்னுட்டு அமைதியாயிட்டேன்.’

‘நல்ல வேளை. இப்ப நீ சொல்லியிருந்தேன்னு வையி! வானத்துக்கும் பூமிக்கும் தாம் தூம்னு குதிப்பான் அந்த ஆளு. ரெண்டு நாள் பொறுமையா இரு. அப்புறம் சொல்லிக்கலாம்.’

எனக்கும் அது சரியென்று பட்டது. சாப்பிட்டுவிட்டு வெறும் தரையில் படுத்துக் கண்ணை மூடினேன். அப்படியே தூங்கிப்போனேன்.

நான் அக்கா வீட்டில் ஐந்து நாள் இருந்தேன். மாம்பலத்தில் எங்கள் உறவுக்காரப் பெண் ஒருத்திக்குப் பிரசவம். அதற்காக அங்கே போயிருந் தாள் அக்கா. அன்றைக்கு அத்தான் வெளியே எங்கும் போகாமல் வீட்டில்தான் இருந்தார். அவர் நல்ல மன நிலையில் இருப்பதாக எனக்குப் பட்டது. சரி. இன்னும் எத்தனை நாள்தான் இப்படியே காத்திருப்பது. அத்தானிடம் விஷயத்தை நாமே சொல்லிவிட்டால் என்ன? அவர் என்ன நம் தலையையா வாங்கிவிடப் போகிறார்? நான் மெல்ல தைரியத்தை வரவழைத்துக் கொண்டு அவரிடம் போனேன். உண்மையில் தலையைவிடப் பெரிய விஷயத்தை என்னிடமிருந்து அவர் வாங்கத் தயாராக இருந்தது அப்போது எனக்குத் தெரியாது.

அத்தான் ஹாலில் உட்கார்ந்திருந்தார். நான் அவர் முன்னால் போய் நின்றேன்.

‘அத்தான்! உங்ககிட்ட ஒரு விஷயம் சொல்லணும்.’

‘என்ன?’

‘சொன்னா கோவிச்சுக்கக் கூடாது.’

‘இல்ல. சொல்லு!’

‘அத்தான் மதுக்கூர்ல ராஜூன்னு ஒருத்தர் இருக்காரு. ரொம்ப நல்லவர். நானும் அவரும் ஒருத்தரை ஒருத்தர் காதலிக்கிறோம். நான் அவரையே கல்யாணம் பண்ணிக்கலாம்னு இருக்கேன்.’

அவ்வளவுதான். நான் இப்படிச் சொன்னதும் அத்தானின் முகம் விகாரமாக மாறிவிட்டது. கண்கள் சிவக்க, கோபத்தோடு என்னைப் பார்த்துக் கத்தினார்.

‘ஏண்டி! என்னைப் பாத்தா உங்களுக்கெல்லாம் இளிச்சவாயனா தெரியுதா? ஏற்கெனவே ஒரு மலடிய என் தலையில கட்டி

வச்சிட்டீங்க. அவளுக்கு இப்ப புள்ள பொறக்கும், அப்ப புள்ள பொறக்கும்னு நானும் எவ்வளவோ செலவு செஞ்சு பாத்துட்டேன். காசு போனதுதான் மிச்சம். வயித்துல ஒரு புழு, பூச்சிக்கு வழியக் காணோம். சரி. அவதான் அப்பிடி இருக்காளே, உன்னையாவது கல்யாணம் பண்ணி, ரெண்டு புள்ளய பெத்துக்கலாம்னு பாத்தா நீ என்னமோ, காதலிக்கிறேன், கல்யாணம் பண்ணிக்கப்போறேன்னு சொல்லிக்கிட்டு இருக்கே...'

அத்தான் மேலே, மேலே பேசிக்கொண்டே போனார். நான் அதிர்ச்சியில் உறைந்து போனேன். அத்தான் இப்படிப் பேசுவார் என்று நான் எதிர்பார்க்கவில்லை. இத்தனை நாளாக இப்படிப்பட்ட எண்ணத் தோடுதான் அவர் என்னைப் பார்த்து, பழகி வந்திருக்கிறார் என்பதே எனக்கு அதிர்ச்சியாக இருந்தது.

ஒரு கட்டத்தில் என்ன செய்வதென்று தெரியாமல் அப்படியே சரிந்து, சுவரோரமாக உட்கார்ந்துவிட்டேன். இது என் தவறு. அக்கா இருக்கும் போது விஷயத்தைச் சொல்லியிருக்க வேண்டும். அக்கா எனக்கு ஆதரவாக நான்கு வார்த்தைகளாவது பேசுவாள்.

அத்தான் வெளியே செல்வதும் உள்ளே வருவதுமாகக் குட்டிப்போட்ட பூனையைப் போல அங்குமிங்கும் நடந்துகொண்டிருந்தார். கொஞ்சம் நேரம் கழித்து அவருடைய அறையில் போய் உட்கார்ந்து கொண்டார்.

'யேய் கலைவாணி! குடிக்கக் கொஞ்சம் தண்ணி கொண்டுவா!' என்றார்.

அத்தான் என்னைக் கூப்பிட்டதும் நான் நிம்மதியானேன். சரி அத்தான் சமாதானமாகிவிட்டார். எப்படியும் திருமணத்துக்குச் சம்மதித்துவிடுவார் என்கிற நம்பிக்கை வந்தது. நான் கண்களைத் துடைத்துக்கொண்டு எழுந்தேன். சமையல்கட்டுக்குப் போய் ஒரு சொம்புத் தண்ணீரை எடுத்துக் கொண்டு அத்தான் அமர்ந்திருந்த அறைக்குள் சென்றேன்.

அத்தான் தண்ணீரை வாங்கி மடக் மடக் என்று குடித்தார். என்னை உற்றுப் பார்த்தார்.

'இங்க பாரு கலைவாணி! நீ என்ன சொன்னாலும் சரி. இன்னொருத்தன கல்யாணம் பண்ணிக்கிற உன் முடிவை நீ மாத்திக்கோ!' என்றார்.

நான் துடித்துப் போய்விட்டேன். 'முடியாது அத்தான். இனிமே அது முடியாது. நானும் அவரும் ரொம்ப நெருக்கமாப் பழகிட்டோம். உங்களைவிட்டா எனக்கு வேற யாரு இருக்கா அத்தான்? நான் அப்பன் இல்லாத பொண்ணு. நீங்கதான் எனக்கு அப்பா, அம்மா. எல்லாம்.' நான் அத்தானின் காலில் விழுந்து கதறி அழுதேன். அத்தான் என்னைத் தொட்டுத் தூக்கினார். அவர் தொடுகை எனக்கு வித்தியாசமாக இருந்தது. பாசமாகத் தொட்டது போலவேத் தெரியவில்லை.

‘சரி. நீ ஆசைப்பட்டவனையே கட்டிக்கோ! நான் தடுக்கல. ஆனா அதுக்கு முன்னாடி...’ என்று இழுத்தார்.

‘அதுக்கு முன்னாடி?’

‘ஒரே ஒரு தடவை நான் உன்னை அனுபவிக்கணும்.’ அத்தான் என் முகத்தைப் பார்க்காமல் சுவரைப் பார்த்தபடிதான் சொன்னார். நான் அதிர்ந்து போனேன். அத்தான் இப்படியெல்லாம் பேசுவார் என்று நான் நினைத்துக்கூடப் பார்க்கவில்லை. சே! மனிதனா இவர்? மிருகம். இவ்வளவு பெரிய துரோகியுடனா அக்கா வாழ்கிறாள்? என்னால் தாங்க முடியவில்லை.

நான் ஹாலுக்கு ஓடினேன். அத்தான் என் பின்னாலேயே வந்தார். கெஞ்சினார். மிரட்டினார். அழுவது போலப் பேசினார். திரும்பத் திரும்ப ‘ஒரே ஒரு தடவை’ என்று சொல்லிக் கொண்டே இருந்தார். அரைமணி நேரத்துக்கு மேல் அந்த நாடகம் நடந்தது. நான் ஒரு முடிவுக்கு வந்தேன். ஆயுசு முழுக்க மனதுக்குப் பிடித்தவனோடு வாழ வேண்டுமா? அதற்கு அத்தானின் சம்மதம் வேண்டும். எங்கள் வீட்டில் ஆண் துணை என்று சொல்லிக் கொள்வதற்கு அத்தானை விட்டால் வேறு ஆள் இல்லை. அவர் சம்மதம் வேண்டும் என்றால் அவரை அனுசரித்துப் போவதைத் தவிர வேறு வழியில்லை. சம்மதித்தேன். சுவற்றில் அங்கும் இங்கும் அலைந்து திரியும் பல்லியைப் பார்த்தபடிப் படுத்துக் கிடந்தேன்.

அத்தான் திருப்தியாகப் படுக்கையில் இருந்து எழுந்தார். லுங்கியைக் கட்டிக்கொண்டார்.

‘ஹூம். எப்பிடியோ என்னைய சம்மதிக்க வச்சுட்டே! அவனையே கட்டிக்கோ! ஆனா, ஒரே ஒரு கண்டிஷன்.’

நான் என்ன என்பது போல அவரைப் பார்த்தேன்.

‘அடிக்கடி இங்க வந்து போய்க்கிட்டு இரு.’

அத்தான் வெளியே போய்விட்டார். நான் பொங்கிப் பொங்கி அழுதேன்.

இரவு அக்கா வீட்டுக்குத் திரும்பியபோது அத்தான் வீட்டில் இல்லை. அக்கா அழுது வீங்கிய என் முகத்தைப் பார்த்தே ஏதோ நடக்கக் கூடாதது நடந்துவிட்டது என்பதை ஊகித்துவிட்டாள். ‘என்ன நடந்துச்சு?’ என்று திரும்பத் திரும்பக் கேட்டாள். நான் நடந்ததைச் சொன்னேன். அக்கா தலையில் அடித்துக்கொண்டு அழுதாள்.

‘நான் எது நடக்கக் கூடாதுன்னு நெனச்சேனோ, அது நடந்துடுச்சே!’ என்று புலம்பித் தீர்த்தாள். எனக்கு ராஜூவின் நினைவு வந்தது.

'அக்கா! நான் காலையிலே ஊருக்குப் போறேன்.'

அக்கா மௌனமாக இருந்தாள்.

காலையில் எழுந்து, முதல் பஸ்ஸைப் பிடித்து மதுக்கூருக்கு வந்து சேர்ந்தேன். அன்று இரவே ராஜுவை சந்தித்தேன்.

'உங்க அத்தான் என்ன சொன்னாரு?'

'சரின்னுட்டாரு.'

'அப்போ நல்ல நாள் பாத்துடலாமா?'

'அதெல்லாம் ஒண்ணும் வேணாம். எல்லா நாளுமே நல்ல நாளுதான். நாளைக்கிக் காலையில ஒரு தாலி வாங்கிட்டு எங்க வீட்டுக்கு வந்துடுங்க. எனக்கும் உங்களுக்கும் எங்க வீட்ல நாளைக்கிக் கல்யாணம்.'

எங்கள் வீட்டில், அம்மா முன்னிலையில், அக்கம் பக்கத்து வீட்டுக் காரர்களின் ஆசிர்வாதத்தோடு எளிமையாக எங்கள் திருமணம் நடந்தது.

★

மதுக்கூர் அழகான ஊர். எளிமையான மனிதர்கள் நிரம்பிய ஊர். ஆனால், எதிர்காலம்? எங்களைப் போன்றவர்களுக்கு அது மிகப் பெரிய கேள்விக் குறி அங்கே. என் பிரியத்துக்குரிய அக்கா சென்னையில் இருந்த காரணத்தினாலோ, அல்லது மிகப் பெரிய பட்டணம் நம் வாழ்க்கையை மேம்படுத்திவிடும் என்கிற மயக்கம் எனக்கு இருந்த காரணத்தினாலோ தெரியவில்லை. சென்னை என்னை இழுத்துக் கொண்டிருந்தது.

ராஜுவிடம் என் விருப்பத்தைச் சொன்னேன். சொன்னேன் என்பதைவிட, 'சென்னைக்குப் போயிடலாங்க' என்று ஒரு நாளைக்கு நூறு முறை நச்சரித்தேன் என்பதுதான் சரியாக இருக்கும். ஒரு கட்டத்தில் அவரும் பொறுக்க மாட்டாமல் 'சரி' சொல்லிவிட்டார். உண்மையில் சென்னை என் வாழ்க்கையையே புரட்டிப் போடப் போகிறது என்பது தெரிந்திருந்தால் நான் மதுக்கூரிலேயே இருந்திருப்பேன்.

4. குழந்தைக்கு அப்பா யார்?

நானும் ராஜுவும் வாழ்ந்த சென்னை வாழ்க்கையை வசந்த காலம் என்றுதான் சொல்லவேண்டும். மாதவரம் பால்பண்ணைக்கு அருகே தனியாக ஒரு வீட்டை வாடகைக்கு எடுத்திருந்தோம். ராஜு ஒரு தனியார் நிறுவனத்தில் லோடுமேனாக வேலை செய்து கொண்டிருந்தார். என் மேல் ரொம்பப் பாசமாக இருந்தார். எப்படா வேலை முடியும் என்று காத்திருப்பார். வேலை விட்டவுடன் நேராக வீட்டுக்கு ஓடி வந்து விடுவார். அவ்வளவு பாசம். எனக்குத் தேவையான எல்லாவற்றையும் பார்த்துப் பார்த்து வாங்கிக் கொடுத்தார். 'தலை வலி' என்று லேசாக என் முகம் சுருங்கினால்கூடத் தாங்க மாட்டார்.

அன்றைக்குக் காலையிலிருந்தே மயக்கமாக இருந்தது. கூடவே தலைசுற்றல் வேறு. ஒரு வேலையும் செய்ய முடியவில்லை. இருந்தாலும் மெல்ல மெல்ல சமையலை முடித்துவிட்டு, அப்படியே படுத்துவிட்டேன். திருமணமாகி வந்ததிலிருந்து நான் எப்போதும் இப்படிப் படுத்ததே இல்லை. வேலை முடிந்து வந்த ராஜு நான் படுத்திருப்பதைப் பார்த்துப் பதறிப்போனார்.

'என்ன கலைவாணி! ஏன் இப்பிடி படுத்திருக்கே?'

'ஒண்ணும் இல்லைங்க. லேசா தலை சுத்துது. கொஞ்சம் மயக்கமா இருக்குது. அவ்வளவுதான்.'

'மொதல்ல எந்திரி! ஆஸ்பத்திரிக்குப் போகலாம்' என்று என்னை எழுப்பி, கையோடு மருத்துவமனைக்குக் கூட்டிக்கொண்டு போய்விட்டார்.

என்னைப் பரிசோதித்த டாக்டர், 'இவங்களுக்கு ஒன்றும் இல்லை. நல்ல விஷயம்தான். ஒரு குழந்தைக்குத் தாயாகப் போறாங்க' என்று சொன்னார்.

இதைக் கேட்டதும் ராஜுக்கு தலைகால் புரியவில்லை. அவர் முகத்தில் அப்படி ஒரு சந்தோஷம். அப்பா ஆகப் போகிற சந்தோஷம். ஆனால், என்னால் சந்தோஷப்பட முடியவில்லை. அதற்கு வேறு காரணம் இருந்தது. ராஜுக்கு நான் பெரிய துரோகம் செய்துவிட்டது போல உணர்ந்தேன்.

மறுநாள் ராஜு வேலைக்குப் போனதும் முதல் காரியமாக அக்கா வீட்டுக்குப் போனேன். அக்காவும் அத்தானும் வீட்டிலிருந்தார்கள். அக்கா சந்தோஷமாக வரவேற்றாள்.

'வா கலை! நல்லாயிருக்கியா? எங்க உம் புருஷன்? நீ மட்டும் வந்திருக்கே?'

'அவரு வரலைக்கா. வேலைக்குப் போயிட்டாரு. நான் உன்னைப் பார்த்து முக்கியமான விஷயம் ஒண்ணை சொல்றதுக்காக வந்தேன்.'

'சொல்லு கலை! என்ன விஷயம்?'

அப்போது நானும் அக்காவும் தனியாகத்தான் இருந்தோம். அத்தான் அவருடைய அறையில் இருந்தார்.

'அக்கா! நான் அம்மாவாகப் போறேன். மூணுமாசம்.'

பலூன் கடையைப் பார்த்த குழந்தையைப் போல சந்தோஷப்பட்டாள் அக்கா. மகிழ்ச்சியில் அவளுக்கு என்ன செய்வதென்றே தெரியவில்லை. எனக்கு ஏதாவது செய்யவேண்டும் என்று பரபரத்தாள்.

'இரு. நான் கடைக்குப் போய் உனக்கு எதுனா வாங்கிட்டு வரேன். இங்கயே உக்காரு' என்று சொல்லிவிட்டு வெளியே போனாள்.

அத்தான் அவர் அறைக்குள் தனியே உட்கார்ந்திருந்தார். நான் மெதுவாக எட்டுவைத்து அவர் இருந்த அறைக்குள் போனேன். அவர் தன் கையிலிருந்த பேப்பரை மடக்கியபடி என்னைப் பார்த்தார்.

'எல்லாத்தையும் கேட்டுகிட்டுதான் இருந்தேன்.'

நான் தயங்கித் தயங்கி அவரிடம் சொன்னேன். 'அத்தான்! என் வயித்துல வளர்ற குழந்தை உங்க கொழந்தை.'

அவர் சட்டென்று நாற்காலியில் இருந்து எழுந்தார். 'ஒரு நாள் படுத்தா புள்ள வயித்துல தங்கிடுமா? வேலையப் பாருடி பைத்தியக்காரி!' என்று சொல்லிவிட்டு வெளியே போய்விட்டார்.

ஆனால் எனக்கு நிச்சயமாகத் தெரியும். ஒரு தாய்க்குத் தெரியாதா, வயிற்றில் வளரும் குழந்தை யாரால் உருவானது என்று. வெளியே

போன அக்கா வந்து சேர்ந்தாள். அவளிடம் மெதுவாக விஷயத்தைப் போட்டு உடைத்தேன். அக்கா புரிந்துகொண்டாள். அவளும் பெண் அல்லவா!

'இங்க பாரு! என்கிட்ட சொன்ன மாதிரியோ, அத்தான்கிட்ட சொன்ன மாதிரியோ இந்த விஷயத்தை யார்கிட்டயும் சொல்லாதே! உன்னைத் தான் அசிங்கமா நினைப்பாங்க. அப்புறம் அந்த ராஜு ஏதோ நல்லா வச்சு வாழ்ந்துகிட்டு இருக்கான். துரத்தி விட்டுடப் போறான். இந்தா! இதுல மிச்சர், சுவீட்டெல்லாம் இருக்கு. வீட்டுக்குப் போயி சாப்பிடு. குனிஞ்சு நிமிந்து வேலை செய்யி. அப்பத்தான் சுகப்பிரசவம் ஆவும். பாத்து போ! நான் அடுத்த வாரம் வர்றேன்' என்று சொல்லி என்னை வழியனுப்பி வைத்தாள்.

நான் வீடு வந்து சேர்ந்தேன். இரவு எட்டு மணிக்கு ராஜு வந்தார். பூ, பழம், ஸ்வீட் என்று என்னென்னவோ வாங்கிக்கொண்டு வந்திருந்தார். என்னைவிடக் குழந்தை பிறக்கப் போகிற சந்தோஷம் அவரிடம்தான் அதிகமாகத் தெரிந்தது.

'இன்னிக்கி அக்கா வீட்டுக்குப் போய்ட்டு வந்தேன்.'

'ம். உங்க அக்காவும் அத்தானும் எப்பிடி இருக்காங்க?'

'நல்லா இருக்காங்க. அக்கா, நீங்க ஏன் வரலைன்னு கேட்டுச்சு.'

ராஜு எதுவும் பதில் பேசவில்லை. அவர் என் எதிரே உட்கார்ந்து என்னையே பார்த்துக்கொண்டிருந்தார்.

'ஏங்க! நம்ம கல்யாணத்துக்கு அக்கா எவ்வளவோ உதவி செஞ்சிருக்கு. என்னை குழந்தையில இருந்து வளத்தது அக்காதான். அதுக்குன்னு ஒரு குழந்தை இல்ல. பாவம்! அதனால நமக்கு பொறக்கப் போற முதல் குழந்தையை அக்காகிட்ட குடுத்திடலாமா?'

இதைக் கேட்டதும் ராஜுக்கு முகம் சின்னதாகப் போய்விட்டது. அதுவரை நான் சொன்ன எதையும் ராஜு மறுத்துப் பேசியதில்லை. நான் இப்படிச் சொன்னதும் முகம் மாறியவராக எழுந்து போய் விட்டார். அன்றைக்கு ராத்திரி முழுக்க என்னிடம் பேசவே இல்லை. ஆனால் நான் அத்துடன் அந்த விஷயத்தை விட்டுவிடவில்லை. காலையில் அவர் வேலைக்குக் கிளம்பும்போது திரும்ப ஆரம்பித்தேன்.

'என்னங்க! நான் சொன்னதைப் பத்தி யோசனை பண்ணினீங்களா?'

'நீ முடிவு பண்ணிட்டே. நான் சொன்னா கேக்கவா போற? நீ சொன்ன மாதிரியே செஞ்சுடலாம். உடம்பைப் பாத்துக்கோ!' என்று சொல்லிட்டு ராஜு வேலைக்குப் போய்விட்டார். அவர் இப்படிப் பட்டும்

படாமலும் பேசியது ஒரு பக்கம் மனத்துக்குக் கஷ்டமாக இருந்தாலும், இன்னொருபுறம் ஒத்துக் கொண்டாரே என்று மகிழ்ச்சியாகவும் இருந்தது. உடனே இந்த விஷயத்தை அக்காவிடம் சொல்லவேண்டும் போல இருந்தது. கிளம்பிவிட்டேன்.

அக்காவிடம் விஷயத்தைச் சொன்னேன். அக்காவுக்கு ராஜு மேல் மரியாதை அதிகம். நான் விஷயத்தைச் சொன்னவுடன் இன்னும் மதிப்புக் கூடிவிட்டது.

★

பிரசவ காலம் நெருங்கியது. எனக்குத் தேவைப்பட்ட ஒவ்வொன் றையும் பார்த்துப் பார்த்துச் செய்தார் ராஜு. ஒரு வேளை நான் பிரசவத்துக்கு மதுக்கூருக்குப் போயிருந்தால், என் அம்மா கூட ராஜு அளவுக்கு கவனித்திருப்பாளா என்பது சந்தேகம்தான்.

இடுப்பு வலி எடுத்ததும் என்னை மருத்துவமனையில் சேர்த்தார்கள். கொஞ்ச நேரத்திலேயே பிரசவம். சுகப் பிரசவம். அழகான ஆண்குழந்தை. ராஜி அங்கே, இங்கே நகராமல் மருத்துவமனையே கதி என்று கிடந்தார். குழந்தை பிறந்த மூன்றாவது நாளே வீட்டுக்கு வந்து விட்டோம். அடுத்த ஐந்தாவது மாதமே மறுபடியும் கர்ப்பமானேன்.

என் முதல் குழந்தையைச் சொன்னபடி அக்காவிடம் கொடுத்து விட்டோம். ஆனாலும் ராஜுவுக்கு அவன் மேல் இருந்த பாசம் கொஞ்சம்கூடக் குறையவில்லை. அடிக்கடி அவனைப் போய்ப் பார்த்துவிட்டு வருவார்.

இப்படி ராஜு அடிக்கடி வந்து குழந்தையைப் பார்ப்பது அத்தானுக்குப் பிடிக்கவில்லை. இந்தச் சந்தர்ப்பத்தில் எனக்கு இரண்டாவது குழந்தையும் பிறந்தது. அதுவும் ஆண் குழந்தைதான். சரவணன் என்று பெயர் வைத்தோம். முதல் குழந்தையின் பெயர் பாலச்சந்திரன். இரண்டாவது குழந்தை பிறந்துவிட்டாலும் ராஜுக்கு முதல் குழந்தை மேல்தான் பாசம் அதிகம். அடிக்கடி அக்கா வீட்டுக்குப் போவார். ஒரு கட்டத்தில் அத்தானின் பொறுமை எல்லை மீறிப் போனது. ராஜு வரும் போதெல்லாம் ஜாடையில் திட்டிக் கொண்டிருந்தவர் இப்போது நேரடியாகவே திட்ட ஆரம்பித்துவிட்டார்.

ராஜுவுக்கு இப்போது தர்மசங்கடம். அவரால் பாலச்சந்திரனைப் பார்க்காமல் இருக்க முடியவில்லை. அதே சமயம், என் அத்தான் திட்டுவதைத் தாங்கவும் முடியவில்லை. அந்த வேதனையிலேயே ராஜு குடிக்க ஆரம்பித்தார். என் மேல் எவ்வளவோ பாசமாக இருந்த ராஜு குடிப் பழக்கம் வந்தபிறகு என்னை அடிக்கடி திட்ட ஆரம்பித்தார். வருமானம் போதவில்லை. குழந்தை பிறந்த பிறகு வீட்டில் செலவு

அதிகமாகத்தான் ஆகியிருந்தது. இதில் நானும் வேலைக்குப் போனால் தான் தாக்கு பிடிக்க முடியும் போல இருந்தது.

நாங்கள் இருந்த அதே தெருவில் சமையல் வேலை செய்யும் ஒருவர் இருந்தார். அவராகவே என் நிலைமையைப் பார்த்து ஒரு நாள் என்னை வேலைக்குக் கூப்பிட்டார். நான் ராஜுவிடம் சொன்னேன். ராஜுவுக்கு வேறு வழியிருக்கவில்லை. வீட்டு நிலைமை அப்படி இருந்தது. சரி என்று சொல்லிவிட்டார்.

அவர் சொன்ன இடத்துக்குப் போன பிறகுதான் அது சமையல் வேலை இல்லை என்பது தெரிந்தது. அது ஒரு சினிமா புரொடக்ஷன் கம்பெனி. ஷூட்டிங் ஸ்பாட்டில் வருகிறவர்களுக்கு சாப்பாடு பரிமாறி பாத்திரத்தைக் கழுவி வைக்கும் வேலை. சமையல் செய்யவேண்டிய அவசியமே இல்லை. சாப்பாடெல்லாம் மெஸ்ஸில் இருந்து வந்துவிடும். ஒரே பிரச்னை, தினமும் வேலை இருக்காது. வேலையிருந்தால் அங்கேயே சாப்பாடு முடிந்துவிடும். கை நிறைய பணமும் கிடைக்கும். சினிமாவில் அதுதான் பிரச்னை.

என் கஷ்டம் புரிந்தோ, என்னவோ என்னை வேலைக்குச் சேர்த்துவிட்ட அந்த ஆள் ஒரு நாள் கேட்டார்: 'ஏம்மா! உனக்கு வேலை ரொம்பக் கஷ்டமாருக்கா? இப்போ, துணை நடிகைக்கு ஆள் சேக்கறாங்களாம் போறியா?'

எனக்கு 'துணை நடிகை' என்ற வார்த்தையைக் கேட்டதும் ஆசை அலை போல மனத்துக்குள் அடித்தது. அந்தக் கணமே நடிகை ஆகிவிட்டது போலவும், கண் மை, உதட்டுச் சாயம், கலர் புடவை சகிதமாக வலம் வருவது போலவும் ஒரு கற்பனை. தெருவில் போகிறவர்கள் எல்லாம், 'இவங்க அந்தப் படத்துல நடிச்சவங்கதானே!' என்று கேட்பது போலக் கனவு.

நான் அவரிடம் கேட்டேன்: 'சம்பளம் நெறைய கிடைக்குமா?'

'ஒரு நாளைக்கு நூறுரூபாய் கெடைக்கும்.'

அது போதும் என்று எனக்குத் தோன்றியது. வேலையும் கஷ்டமில்லையே! 'சரி' என்று தலையாட்டினேன். அவர் என்னை ஒரு துணை நடிகைகளுக்கான ஏஜெண்டிடம் அறிமுகப்படுத்தி வைத்தார்.

'நாளைக்குக் காலையில கோடம்பாக்கத்துக்கு வந்துடும்மா. எங்க ஷூட்டிங்னு சொல்றேன்' என்றார் ஏஜெண்ட்.

நான் வீட்டுக்கு வந்து விஷயத்தை ராஜுவிடம் சொன்னேன். அவர் காதில் வாங்கிக் கொள்ளவே இல்லை. உண்மையில் அவர் எதையும்

கண்டுகொள்ளும் நிலையில் இல்லை. மது அவருடைய உடல், உள்ளம் இரண்டையும் இறுகப் பற்றியிருந்தது.

அடுத்த நாள் காலை சொன்ன நேரத்துக்குக் கோடம்பாக்கத்தில் இருந்தேன். அன்றைக்கு அவுட்டோர் ஷூட்டிங். கேளம்பாக்கம் பக்கத்தில் நடந்தது. நான் நினைத்ததுபோல இல்லை சினிமா. என்னை பத்தோட பதினொன்னாவது ஆளாக நிற்க வைத்தார்கள். ஒரு மணி நேரம் ஷூட்டிங் நடந்திருக்கும். 'அவ்வளவுதான். ஷூட்டிங் முடிஞ்சு போச்சு' என்று சொல்லிப் போகச் சொல்லிவிட்டார்கள்.

'தமிழ் சினிமாவில் நானும் ஒரு நடிகை. துணை நடிகை' இப்படி நினைக்க எனக்கே சிரிப்பாக இருந்தது. அந்த ஏஜெண்ட் எங்கே வரவேண்டும் என்று சொல்வார். போவேன். நாள்கள் இப்படியே நகர்ந்து கொண்டிருந்தன. என் கூட நடிக்க வரும் துணை நடிகைகள் கொஞ்ச நாளிலேயே என்னுடன் நன்றாகப் பழக ஆரம்பித்து விட்டார்கள். அதில் ராணி என்கிற பெண் எனக்கு மிகவும் நெருக்க மானாள். நானும் அவளும் வீட்டு விஷயங்களைப் பகிர்ந்துகொள்கிற அளவுக்கு நெருக்கமானோம்.

ஒரு நாள் ராணி என்னிடம் கேட்டாள்: 'கலை! பாஸ்போர்ட் வச்சிருக்கியா?'

'இல்லியே ராணி. இப்போ எதுக்கு பாஸ்போர்ட்?'

'ஒண்ணுமில்ல. சிங்கப்பூர்ல வீட்டு வேலைக்கு ஒரு ஆள் தேவையாம். அதான் கேட்டேன். பாஸ்போர்ட் இருந்தா நீ போகலாம். எதுக்கும் ஒரு பாஸ்போர்ட் எடுத்து வச்சிக்கோயேன். எதுக்காச்சும் ஆவும்'

எனக்கும் அது சரி என்று பட்டது. ராணி மூலமாகவே அவளுக்குத் தெரிந்த ஒரு ஏஜெண்ட்டிடம் சொல்லி பாஸ்போர்ட் எடுத்தேன். ஆனால் சிங்கப்பூருக்குப் போக இருபத்தைந்தாயிரம் பணம் கட்ட வேண்டும் என்றார்கள். பணத்துக்கு எங்கே போவது? தெரிந்த இடத்தில் எல்லாம் கேட்டுப் பார்த்தேன். கடைசியில் ஒரு இடத்தில் வட்டிக்குப் பணம் கிடைத்தது. ஒரு மாதத்தில் தருவதாகச் சொன்னார்கள். வட்டி கொஞ்சம் அதிகம். வேறு வழியில்லாமல் ஒப்புக்கொண்டேன்.

அன்று மாலையே நான் ராணியைப் போய்ப் பார்த்தேன். வட்டிக்குப் பணம் ஏற்பாடு செய்துவிட்ட விஷயத்தைச் சொன்னேன். அவள் என்னை ஏஜெண்ட்டிடம் அழைத்துப் போனாள். அவர் விரைவில என்னை சிங்கப்பூர் அனுப்புவதற்கான ஏற்பாட்டைச் செய்வதாக உறுதி கூறினார்.

அந்தச் சமயத்தில் தினமும் ஏதாவது ஷூட்டிங் நடந்து கொண்டிருந்தது. தினமும் வேலை இருந்தாலும் வீட்டுக்கு தாமதமாகத்தான் போகவேண்டியிருந்தது. அதோடு நான் வீட்டில் அன்றாடம் ஒரு நரகத்தை எதிர்கொள்ள வேண்டியிருந்தது. ராஜு. அவர் எல்லை மீறிக் குடிக்க ஆரம்பித்திருந்தார். அநியாயத்துக்குக் கெட்டவார்த்தை அவர் வாயில் இருந்து உதிர்ந்துகொண்டிருந்தது. அவரை எதிர்கொள்ளவே பயமாக இருந்தது.

அன்றைக்கு நிலைமை இவ்வளவு சிக்கலாக ஆகும் என்று நான் எதிர்பார்த்திருக்கவில்லை. மிக அதிகமாகக் குடித்திருந்தார் ராஜு. வார்த்தைகள் குழறிக் குழறி வெளி வந்தன. கண் செருகிக் கிடந்தது. அவர் தன் நிலையிலேயே இல்லை. அன்றும் அவர் குழந்தையைப் பார்ப்பதற்காக அக்கா வீட்டுக்குப் போயிருந்திருக்கிறார். வழக்கத்தை விட மிக மோசமாகத் திட்டி விரட்டியிருக்கிறார் அத்தான். விளைவு? கணக்கில்லாமல் குடித்துவிட்டு வந்து வாசலில் உட்கார்ந்திருந்தார் ராஜு.

நான் எப்போது வீட்டுக்கு வருவேன் என்று காத்திருந்திருக்கிறார். என்னைப் பார்த்ததும் பேச்சே இல்லை. இழுத்துப்போட்டு அடிக்க ஆரம்பித்துவிட்டார். முகம், கை, முதுகு, வயிறு என்று கண்ட இடத்தில் விழுந்தது அடி. நான் வலியில் கத்தினேன். துடித்தேன். என் ராஜுவா இவர்? என்னை அடிக்க எப்படி இவருக்கு மனம் வந்தது என்கிற அதிர்ச்சி ஒரு பக்கம் மனத்தை அரித்தது. அடியைக் கூடத் தாங்கிக் கொள்ளலாம். வார்த்தைகள். சாக்கடையில் தோய்த்தெடுத்த வார்த்தைகள். அவைதான் என்னைச் சுருண்டு போக வைத்தன. அடித்தால்கூட 'நம்முடைய ஆள்தானே தாங்கிக்கொள்!' என்று சொல்கிற புத்தி, வார்த்தைகளை ஏற்க மறுக்கிறது. 'திருப்பி அடி! பதில் கொடு!' என்று கட்டளையிடுகிறது.

'ஏய்! அந்தப் புள்ளையை எனக்கு பெத்தியா, இல்ல உன் அத்தானுக்குப் பெத்தியா?' ஆஸிட்டை முகத்தில் ஊற்றியது போல் வந்து விழுந்தன ராஜுவின் வார்த்தைகள். இதற்கு மேலும் பொறுப்பது அறிவீனம். நான் கொஞ்சம்கூட யோசிக்கவில்லை. இதற்காகவே காத்திருந்தது போல நானும் நிறுத்தி, நிதானமாக, அவர் முகத்தைப் பார்த்துச் சொன்னேன்.

'ஆமா. அவனுக்குத்தான் பெத்தேன்.'

அதற்குப் பிறகு ராஜு ஒரு வார்த்தை பேசவில்லை. உள்ளே போய்ச் சுருண்டு படுத்துக் கொண்டார். மறுநாள் காலையில் எழுந்து வழக்கம் போல வெளியே போனார். அன்று மாலை மறுபடியும் ஒரு தகராறு

இருக்கும் என்று எதிர்பார்த்துத்தான் நான் வீட்டுக்கு வந்தேன். ராஜு வீட்டில் இல்லை. அன்று முழுக்க வீட்டுக்கு வரவில்லை. ஒரு நாள், ரெண்டு நாள், ஒரு வாரம் ஆனது. எனக்குள் லேசாக ஒரு பயம் கிளர்ந் தெழுந்தது. ஒரு வேளை வீட்டைவிட்டே போய்விட்டாரோ? சே! சே! அப்படியெல்லாம் இருக்காது. கோபத்தில் எங்கேயாவது போயிருப் பார். வந்துவிடுவார். என்னை நானே சமாதானப்படுத்திக் கொண்டேன். அவர் வழக்கமாகப் போய்வரும் இரண்டொரு இடங்களில் விசாரித்துப் பார்த்துவிட்டு விட்டுவிட்டேன். அதற்குப் பிறகு அவரைத் தேட நான் எந்த முயற்சியும் செய்யவில்லை. அவர் வீட்டைவிட்டுப் போய் இரண்டு மாதங்கள் ஆகியிருந்தன.

★

ஒரு நாள் வழக்கம் போல ஷூட்டிங்குக்குப் போய்விட்டு நான் வீட்டுக்குத் திரும்பினேன். தெரு முக்கில் திரும்பும் போதே, என் இளைய மகன் சரவணன் வாசலிலேயே நின்று கொண்டிருப்பதைப் பார்த்தேன். என்னைப் பார்த்ததும் சரவணன் ஓடி வந்தான்.

'அம்மா! அப்பா சாயந்தரம் வந்திருந்தாரும்மா. என்னைப் பாத்து அழுதாரு. என்னையைக் கூட்டிக்கிட்டுப் போயி கடையில பிஸ்கட் வாங்கிக் குடுத்தாரு. நான், 'அப்பா! இத்தனை நாளா எங்கப்பா போயிட்டீங்க? வீட்டுக்கு வாங்கப்பா! நம்ம வீட்லயே இருங்கப்பா!'ன்னு கூப்பிட்டேம்மா. அவரு 'நான் அடிக்கடி வந்து உன்னைப் பாத்துட்டுப் போறேன்'னு சொல்லிட்டுப் போயிட்டாரும்மா' என்றான்.

ராஜுவுக்கு என் மேல் இன்னமும் கோபம் போகவில்லை போல என்று நினைத்துக் கொண்டேன். ஒரு நாள் கோபமெல்லாம் தீர்ந்து என்னிடமே, பழைய ராஜுவாக வந்துவிடுவார் என்று நம்பினேன்.

அதற்குப் பிறகு ராஜு அவ்வப்போது வருவதும் பிள்ளையைப் பார்ப்பதும் நடந்துகொண்டிருந்தது. அதே சமயம் நான் சிங்கப்பூர் போவதற்குத் தயராகிக்கொண்டிருந்தேன். சிங்கப்பூர் எனக்குள் பல கனவுகளை விதைத்துக் கொண்டு இருந்தது. சிங்கப்பூர் போனால், நிறைய சம்பாதிக்கலாம். பிள்ளைகளை நன்றாகப் படிக்க வைக்கலாம். அக்காவுக்கும் அம்மாவுக்கும் வேண்டியதைச் செய்யலாம். இப்படி அன்றாடங்காய்ச்சி மாதிரி பிழைப்பதை விட்டுவிடலாம். பகலிலும் இரவிலும் சிங்கப்பூர்தான் என் எண்ணம் பூராவும் நிறைந்திருந்தது.

ஒரு நாள் வேலை முடிந்து வீட்டில் வந்து உட்கார்ந்திருந்தேன். யாரோ கதவைத் தட்டினார்கள். நான் எழுந்து போய்ப் பார்த்தேன். பக்கத்து வீட்டுக்காரர் வாசலில் நின்றிருந்தார். அவர் ராஜுவுடன் வேலை பார்ப்பவர். அவர் எதற்கு இங்கு, இந்த நேரத்தில் வரவேண்டும். நான் யோசனையோடு அவரைப் பார்த்தேன்.

‘வாங்க!’

அவர் எதையும் சுற்றி வளைத்துப் பேசவில்லை. நேரடியாக விஷயத்தைப் போட்டு உடைத்தார்.

‘ஏம்மா! உம் புருஷன் இன்னொரு கல்யாணம் பண்ணிக்கிட்டான். தெரியுமா உனக்கு?’

நான் திகைத்துப் போய் அவரைப் பார்த்தேன். அவர் சொன்னதை மறுபடி ஒருமுறை மனத்தில் சொல்லிப் பார்த்துக் கொண்டேன்.

‘பொண்ணுக்கு என்.எஸ்.கே.நகர். இப்ப ராஜுவும் அங்கதான் இருக்கான். என்னவோ... மனசு கேக்கல. உன்கிட்ட சொல்லணும்னு தோணிச்சு. சொல்லிட்டேன். வர்றேன்.’

அவர் போய்விட்டார். நான் அப்படியே தரையில் சரிந்து உட்கார்ந்தேன். எனக்குப் புரியவில்லை. ஒரு ஆண் எவ்வளவு வேண்டு மானாலும் கோபப்படலாம். என்ன வேண்டுமானாலும் பேசலாம். அடிக்கலாம். உதைக்கலாம். பெண் கோபத்தில் ஒரு வார்த்தைகூடச் சொல்லக்கூடாதா? அப்படிச் சொன்னால் சட்டையை உதறுவது மாதிரி உதறிவிடுவார்களா? சட்டென்று அறுத்துக்கொண்டு போகிற உறவா தாலி உறவு? என்னிடம் ராஜு பேசியது, பழகியது, பரிவு காட்டியது எல்லாமே வேஷம்தானா?

‘நான் இன்னொரு கல்யாணம் பண்ணிக்கிட்டேன். இப்போ என்னடி செய்வே?’ ராஜு என்னைப் பார்த்து எகத்தாளமாகச் சிரிப்பது போல இருந்தது.

இப்போது என்ன செய்வது? என்ன செய்ய முடியும்? என் போன்ற ஒரு பெண்ணால், ஆதரவற்ற பெண்ணால் இந்த மாதிரி ஆள்களை என்னதான் செய்துவிட முடியும்? நான் சோர்ந்து போனேன். ராஜுவின் கோபம் வடிந்துவிடும் என்று காத்திருந்தது தவறோ என்று தோன்றியது. இப்படி மோசம் செய்வார் என்று நான் எதிர்பார்க்க வில்லை. அழுவதற்குக்கூடத் தோன்றாமல் இரவு முழுக்க அப்படியே உட்கார்ந்திருந்தேன்.

இத்தனை துக்கத்திலும் சிறிய ஆறுதலான செய்தி ஒன்று அன்றைக்குக் கிடைத்திருந்தது. நான் சிங்கப்பூர் செல்வதற்கு விசா கிடைத்து விட்டது. பணம் கூடக் கட்டிவிட்டேன். 1997, ஜனவரி 25 ஆம் தேதி நான் சிங்கப்பூர் புறப்படுவது முடிவாகிவிட்டது. என்னுடைய எல்லாத் துயரங்களையும் சிங்கப்பூர் கழுவித் துடைத்துவிடும் என்று நான் நம்பினேன். ஆனால், விதி என்கிற சைத்தான் ‘வாடி! வா! உன்னைய என்ன பண்றேன் பாரு’ என்று சிங்கப்பூரில் காத்திருந்தது அப்போது எனக்குத் தெரியவில்லை.

அதிகாலை. அன்றைக்கு வளசரவாக்கத்தில் ஷூட்டிங் என்று சொல்லியிருந்தார்கள் நான் அவசர அவசரமாகக் கிளம்பிக் கொண்டிருந் தேன். வாசல் கதவை யாரோ தட்டினார்கள். பக்கத்து வீட்டுக்காரர். அவர் முகத்தில் லேசாகக் கலவரம்.

'கலைவாணி! நேத்து ராத்திரி உம் புருஷன் ராஜு இறந்து போயிட்டானாம். எனக்கே இப்போதான் தகவல் கிடைச்சுது. அதான்... சொல்லலாம்னு...'

நான் இடிந்து போனேன். அப்படியே தரையில் உட்கார்ந்துவிட்டேன். பக்கத்து வீட்டுக்காரர் நிலைமையைப் புரிந்துகொண்டார். எனக்கு ஆறுதல் சொன்னார். அக்கா நாகவள்ளியின் பக்கத்து வீட்டு தொலைபேசி எண்ணை வாங்கி, தகவல் சொன்னார்.

கொஞ்ச நேரத்திலேயே அக்காவும் பிள்ளைகளும் வந்துவிட்டார்கள். பக்கத்து வீட்டுக்காரர், நான், அக்கா, பிள்ளைகள் எல்லோரும் என்.எஸ்.கே நகருக்குப் போனோம்.

அந்த வீட்டில் ராஜுவைக் கூடத்தில் கிடத்தி வைத்திருந்தார்கள். அவரைப் பார்த்ததும் 'மளுக்'கென்று உடைந்து அழுதேன். நான் அவரை நினைத்து அழுதேனா, என்னை நினைத்து அழுதேனா என்பது இப்போதுகூட எனக்குத் தெரியவில்லை. இனி என்ன நடக்கும்? நமக்கு யார் ஆதரவு? ஏன் எனக்கு இவ்வளவு கஷ்டங்கள்? என் எதிர்காலம், பிள்ளைகளின் எதிர்காலம் என்ன? மனத்துக்குள் கேள்வி மேல் கேள்விகள். ராஜுவின் இரண்டாவது மனைவிக்குக் குழந்தை எதுவும் இல்லை. சரவணன்தான் கொள்ளி வைத்தான். நான் அன்றைக்கே மாதவரத்துக்குத் திரும்பிவிட்டேன். ராஜுவின் பதினாறாம் நாள் காரியத்தை வீட்டிலேயே சிறப்பாக நடத்தி முடித்தேன்.

சிங்கப்பூருக்குப் போக ஏழுநாள்தான் இருந்தது. ஒரு நாள் அக்கா வீட்டுக்கு வந்தாள். சிறிது நேரம் பேசிக்கொண்டிருந்தாள்.

'என்னா கலை! சிங்கப்பூருக்குப் போகத்தான் போறியா?'

'ஏங்க்கா அப்பிடி கேக்குறே?'

'இல்ல... உனக்கு பிரச்னைக்கு மேல பிரச்னையா இருக்கு. ராஜு வேற இப்போதான் இறந்து போயிருக்காரு. போய்த்தான் ஆகணுமா?'

'என்னக்கா இப்பிடி சொல்றே? ராஜுவை நான் இழந்தது ரொம்பக் கஷ்டமாத்தான் இருக்கு. அதுக்காகப் போகாம இருக்க முடியுமா? விசா வந்துடுச்சு. வட்டிக்கிப் பணம் வாங்கி, டிக்கெட்டும் போட்டாச்சு. இப்போ போகாம விட்டா நமக்குத்தானே நஷ்டம்? ஒரு வேளை

சிங்கப்பூருக்குப் போய்ட்டு வந்தப்புறம் நம்ம கஷ்டமெல்லாம் தீந்து போறதுக்குக்கூட வாய்ப்பு இருக்குல்ல?'

அதற்குப் பிறகு அக்கா நான் சிங்கப்பூர் போவது குறித்து எதுவும் பேசவில்லை.

மாதவரம் வீட்டை காலி செய்தேன். வீட்டில் இருந்த பொருள்களை எல்லாம் மூட்டை கட்டி அக்கா வீட்டில் கொண்டுபோய்ப் போட்டேன். இரண்டு பிள்ளைகளையும் அக்காவிடம் ஒப்படைத்துவிட்டு சிங்கப்பூர் போகத் தயாரானேன்.

ஊருக்குப் போகும் நாள் வந்தது. எப்போதாவது தாம்பரம் பக்கம் போகும்போது பஸ்ஸில் இருந்து பார்த்த விமான நிலையம். முதல் முறையாக அன்றுதான் அதற்குள் நுழையும் வாய்ப்பு வந்திருக்கிறது. என்னை வழியனுப்ப அக்காவும் ஏஜெண்ட்டும் வந்திருந்தார்கள். ஏஜெண்ட் ஒரு பெண்ணின் புகைப்படத்தைக் கொடுத்தார்.

'கலைவாணி! சிங்கப்பூர்ல போய் இறங்கினதும், வெளியே போறப்போ இந்த போட்டோவைத் தூக்கிப் பிடிச்சிகிட்டே போ! இந்த போட்டோவுல இருக்குறவங்க பேரு சித்ரா. தமிழ்நாட்டுக் காரங்கதான். அவங்க உன் போட்டோவை கையில தூக்கிப் பிடிச்சுக்கிடு நின்னுக்கிட்டு இருப்பாங்க. அவங்களை நீ பாத்துட்டா போதும். மத்ததை அவங்க பாத்துப்பாங்க.'

நான் அந்த போட்டோவை வாங்கி பத்திரப்படுத்திக் கொண்டேன். அது காலை 8.00 மணி. ஏர்போர்ட் டிக்கெட், பாஸ்போர்ட், விசா, சோதனையெல்லாம் முடிந்தது. ஆங்கிலத்திலும், இந்தியிலும் சிங்கப்பூர் செல்லும் விமானம் புறப்பட இருப்பதாக ஒலிபரப்பு செய்தார்கள். பயணிகள் எல்லோரும் எழுந்து நடக்கத் தொடங்கினார்கள். நானும் எழுந்து விமானத்தை நெருங்கினேன். விமான பணிப்பெண்களின் அன்பான உபசரிப்பும் வரவேற்பும் எனக்கு ஆச்சரியமாக இருந்தது. விமானத்துக்குள் நுழைவதற்கு முன் சென்னையை ஒருமுறை திரும்பிப் பார்த்தேன். இப்படி ஒரு பெண், ஒரு ஜாண் வயிற்றுக்காக, ஊரைவிட்டு தூர தேசம் போகிறாளே என்கிற எந்த பிரக்ஞையும் இல்லாமல் பரபரப்பாக இயங்கிக் கொண்டிருந்தது.

5. சிங்கப்பூர் கொடுத்த சீதனம்!

விமானத்தில் முதன் முறையாகப் பயணம் செய்கிறபோது கிடைக்கிற அனுபவம் மிக வித்தியாசமான ஒன்று. தரையிலிருந்து விமானம் மேலே எம்புகிறபோது அடி வயிற்றில் ஏற்படுகிற திகில் கலந்த 'ஜிலீர்' அனுபவத்தை வேறு எதிலும் பெற முடியாது. அந்தப் பயணத்தில் எல்லாம் மறந்து போகும். எனக்கும் அப்படித்தான். ராஜு, அக்கா, குழந்தைகள், என் துயரம் எல்லாம் மறந்து போனது. யானையைப் பார்த்த குழந்தையைப் போல பிரமிப்பு அகலாமல் நான் விமானத்தையே சுற்றிச் சுற்றிப் பார்த்துக் கொண்டிருந்தேன்.

நான்கு மணி நேரம் போனதே தெரியவில்லை. அதற்குள் சிங்கப்பூர் வந்துவிட்டது. அதிகாரிகள் என்னுடைய பாஸ்போர்ட், விசாவை சரிபார்த்து என்னை வெளியே அனுப்பினார்கள். சிங்கப்பூர் விமான நிலையம், படு சுத்தமாக இருந்தது. முதல் காரியமாகப் பையில் இருந்த சித்ராவின் புகைப்படத்தை எடுத்துக் கையில் ஏந்திப் பிடித்துக் கொண்டு நடந்தேன். வெளியே என்னைப் போலவே ஒரு பெண், ஒரு புகைப் படத்தைத் தூக்கிப் பிடித்துக்கொண்டு நின்றிருந்தாள். நான் அவள் அருகே போனேன். அவள் கையில் இருந்தது என்னுடைய புகைப்படம் தான். அழகான முகம், மாநிறம், புடவை கட்டியிருந்த விதத்தில் நளினம் தெரிந்தது. இதற்குமுன்பே என்னைப் பார்த்துப் பழகியவள் போல சினேகமாகச் சிரித்தாள்.

'கலைவாணி! கலைவாணி! இப்பிடி வா!' என்றாள்.

என்னை பதில் பேச விடாமல் 'படபட' வென்று பேசினாள்.

'பிரயாணம் எல்லாம் எப்பிடி இருந்துச்சு? நீ சிங்கப்பூருக்கு புதுசா? பயப்படாதே! நான் பாத்துக்கிறேன்.' எனக்கு சிங்கப்பூரில் ஒரு நல்ல தோழி கிடைத்துவிட்டாள் என்றே எனக்குத் தோன்றியது.

இருவரும் ஏர்போர்ட்டிலிருந்து வெளியே வந்தோம். அது ரயில் நிலையம் போல இருந்தது.

‘இதுதான் எம்.ஆர்.டி. அதி வேக ரயில்டி!’ என்றாள் சித்ரா. இரண்டு பேரும் டிக்கெட் எடுத்துக்கொண்டு ரயிலில் ஏறினோம். ஏதோ ஒரு பகுதியில் இறங்கினோம். அது என்ன இடம் என்றுகூட எனக்குத் தெரியாது. அது ஒரு அடுக்கு மாடிக் கட்டடம். அங்கே ஒரு அறையில் என்னைத் தங்க வைத்தாள். இரவு சாப்பிட்டுவிட்டு நன்றாகத் தூங்கினேன். இரவெல்லாம் அங்கும் இங்கும் ஆட்கள் நடமாடும் சத்தம் கேட்டுக் கொண்டே இருந்தது.

காலையில் எழுந்து குளித்து முடித்தேன். என் அறைக்கே டிபன் வந்தது. சித்ரா வந்தாள். அவளோடு சேர்ந்து டிபன் சாப்பிட்டேன்.

பிறகு சித்ராவிடம் கேட்டேன்: ‘வேலைக்கு எப்போ போறது? எங்கே வேலை?’

‘அவசரப்படாதே! அம்மா வந்து சொல்லுவாங்க.’

நான் இருந்த கட்டடத்தில் பல அறைகளில் என்னைப் போலவே நிறைய பெண்கள் இருந்தார்கள். அவர்களும் என்னைப் போலவே வீட்டுவேலைக்குத்தான் வந்திருப்பார்கள் என்று நான் நினைத்துக் கொண்டேன். சில பெண்கள் என் அறைக்கே வந்து சித்ராவிடம் சிரித்துப் பேசினார்கள். அதில் சில பேர் நன்றாகத் தமிழ் பேசினார்கள். ஆனால் யாரும் என்னிடம் ஒட்டுதலோடு பழகவில்லை என்பது வெளிப்படையாகத் தெரிந்தது.

காலை பத்து மணி சுமாருக்கு அந்தப் பெண்மணி வந்தாள். சுமார் ஐம்பது வயது மதிக்கத் தக்க தோற்றம். சினிமாவில் காட்டுற வில்லியைப் போல நன்கு தடியாக இருந்தாள். அந்த அம்மாள் என் அறைக்குள் நுழைந்ததுமே என் அறையில் இருந்த பெண்கள் எல்லோருமே வெளியே போய்விட்டார்கள். மரியாதை என்பதைவிட பயம் என்பது நன்றாகத் தெரிந்தது. நான் மட்டும் அங்கே தனியாக இருந்தேன்.

‘நீதான் கலைவாணியா?’

‘ஆமா’

‘உன்னோட விசா, பாஸ்போர்ட் எல்லாம் எங்கே?’

நான் அவற்றை என் பேக்கில் இருந்து எடுத்துக்கொடுத்தேன்.

‘மதியம் சாப்பாடு வரும். சாப்ட்டுட்டு இங்கேயே இரு. ரெண்டு நாள்ல வேலை என்னான்னு சித்ரா சொல்லுவா’

அந்த அம்மாள் போய்விட்டாள். எனக்கு ஒன்றும் புரியவில்லை. தங்குவதற்கு இந்த இடம். வேலை செய்வதற்கு வேறு இடத்துக்குப் போக வேண்டும் போல என்று நினைத்துக்கொண்டேன்.

அன்று மதியம் சாப்பாட்டோடு சித்ரா வந்தாள்.

என்னால் பொறுமையாக இருக்க முடியவில்லை. சித்ராவைப் பார்த்ததுமே கேட்டுவிட்டேன். ‘அக்கா! எனக்கு எங்கக்கா வேலை?’

‘பொறுமையா இரு கலைவாணி! நானே சொல்றேன். இப்போ சாப்பிட்டுட்டு தூங்கு! சாயந்திரம் கோயிலுக்கு போலாம்.’

மதியம் சாப்பிட்டுவிட்டுக் கண்ணை மூடினேன். தூக்கம் வரவில்லை. எப்படி வரும்? அக்கா, குழந்தைகள், ராஜு எல்லோரும் வந்து வந்து போனார்கள். எங்கேயோ பிறந்து, வயிற்றுப் பாட்டுக்காக எங்கேயோ வந்து வாழ வேண்டிய சூழலை நினைத்தால் மனசுக்கு என்னவோ போல இருந்தது. மாலை ஆறு மணிக்கு சித்ரா வந்தாள்.

‘என்னா கலைவாணி! ரெடியாயிட்டியா? கோயிலுக்கு போலாமா?’

‘போலாங்க்கா!’

போகிற வழியில் ரோட்டோரமாக பெண்கள் நின்றிருந்தார்கள். எல்லோரும் அதிகமாக மேக்கப் போட்டிருந்தார்கள். அவர்களைப் பார்த்தாலே யார் என்பது தெரிந்தது. அப்போதுதான் கவனித்தேன். சித்ராவும் காலையில் பார்த்ததைவிடக் கொஞ்சம் அதிகமாக மேக்கப் போட்டிருந்தாள். நம் ஊர்க் கோயிலுக்கும் அதற்கும் அதிக வித்தியாசம் இல்லை. ஏதோ சம்பிரதாயத்துக்கு என்னைக் கோயிலுக்குக் கூட்டி வந்திருக்கிறாள் சித்ரா என்பது எனக்குப் புரிந்தது.

திரும்பி வரும் வழியில் சித்ரா ‘இங்கே கொஞ்ச நேரம் நிக்கலாம்’ என்று சொன்னாள்.

‘எதுக்கு?’

‘ஏன் எதுக்குன்னுல்லாம் கேக்காதே! நில்லு!’

இருவரும் ரோட்டோரமாக நின்றிருந்தோம்.

சித்ராவும் என்னோடு நின்றிருந்தாள். ரோட்டில் போகிற வருகிறவர் களைப் பார்த்தபடி இருந்தோம். முப்பது வயது மதிக்கத்தக்க ஆண்கள் இரண்டுபேர் எங்களிடம் வந்தார்கள். சித்ரா அவர்களைப் பார்த்துச் சிரித்தாள். அவர்கள் என்னை ஏற இறங்கப் பார்த்தார்கள். சித்ரா அவர்களைக் கொஞ்ச தூரம் தள்ளி அழைத்துக்கொண்டு போய்ப் பேசினாள். சித்ரா என்னைப் பார்ப்பதும், அவர்களிடம் ஏதோ பேசுவதுமாக இருந்தாள்.

பிறகு சித்ரா என் அருகே வந்தாள். ‘கலைவாணி! இங்கேயே இரு. தோ வந்துடறேன்’ என்று சொல்லிவிட்டு அந்த ஆண்களுடன் போனாள்.

மூவரும் நடந்து எங்கேயோ போனார்கள். அவர்களில் ஒருவன் சித்ராவின் தோளில் கை போட்டிருந்தான். இன்னொருவன் அவளுடைய இடுப்பில் கை வைத்திருந்தான். அதைப் பார்க்க எனக்கு என்னவோ போல இருந்தது. நான் யாரும் அறிமுகமில்லாத அந்தப் புது இடத்தில் தனியாக நின்றுகொண்டிருந்தேன். மனத்துக்குள் ஏதோ பயம். ரோட்டில் கடந்து போகிறவர்களை ஏறெடுத்துப் பார்க்கக்கூடத் தயக்கமாக இருந்தது. யாராவது என்னை அழைத்துப் பேசினால் என்ன சொல்வது என்கிற அச்சம். ஒவ்வொரு நிமிடமும் யுகமாகக் கழிந்தது.

அரை மணி நேரம் கழித்து சித்ரா வந்தாள்.

'யாரு அவங்க?' என்று விசாரித்தேன்.

'எல்லாம் போகப் போக உனக்கே புரியும்.'

என்னால் அதற்கு மேலும் அந்த இடத்தில் நிற்க முடியாது என்று தோன்றியது.

'போகலாமா?' என்று கேட்டேன்.

'என்ன நீ இவ்வளவு அவசரப்படுறே? இப்பத்தானே வந்திருக்கோம்! போறதுக்கு இன்னும் ஒரு மணிநேரமாவது ஆகும்.'

'அப்போ நான் போகட்டுமா?'

'காலையில நீ தங்கியிருந்தியே! அந்த இடத்தைக் காலி பண்ணியாச்சு. இனிமே நீ தங்கப் போற இடமே வேற.' என்றவள் என்னை உற்றுப் பார்த்தாள். பிறகு என்ன நினைத்தாளோ, 'சரி. வா கலைவாணி போகலாம். நானே கொண்டுபோய் உன்னையை விட்டுட்டு வந்துடுறேன்.' என்றாள்.

இருவரும் நடந்தோம். ஒரு புதுக் கட்டடத்துக்கு என்னை சித்ரா அழைத்துக் கொண்டு போனாள். உள்ளே நுழைந்ததுமே பெரிய ஹால். அதைச் சின்னச் சின்ன ரேக்குகளைக் கொண்டு அறைகளைப் போலத் தடுத்திருந்தார்கள். ஒவ்வொரு ரேக்கும் ஒரு குட்டி அறை என்று எனக்குத் தோன்றியது. நாங்கள் உள்ளே நுழையும் போதே, ஒரு ரேக்கிலிருந்து ஒரு ஆணும் பெண்ணும் வெளியே வந்தார்கள். அவர்களைப் பார்ப்பதற்கே எனக்கு அருவெறுப்பாக இருந்தது. என்னையும் ஒரு ரேக் அறைக்குள் போகச் சொன்னாள் சித்ரா.

'இங்கேயே இரு. தூங்குறதுன்னாலும் தூங்கு. நான் போய்ட்டு வந்துடுறேன்.' அவ்வளவுதான் சித்ரா போய்விட்டாள். என்ன செய்வதென்று தெரியாமல் நான் படுத்தேன். அந்த அறைக்குள் தூங்க முடியாது என்று தோன்றியது.

இரவு பன்னிரண்டு மணிக்கு சித்ரா வந்தபோது நான் உறங்காமல்தான் படுத்திருந்தேன். அவளைப் பார்த்ததும் சட்டென்று எழுந்து கொண்டேன்.

‘அக்கா! இங்க என்ன நடக்குது? எனக்கு ரொம்ப பயமா இருக்கு.’

‘பொறுமையா இரு கலைவாணி! உனக்கே இங்கே என்ன நடக்குதுன்னு புரிஞ்சிருக்கும்னு நினைக்கிறேன்.’

நான் அவளையே பார்த்துக் கொண்டிருந்தேன்.

‘நானும் உன்னை மாதிரிதான். எனக்குச் சொந்த ஊர் திருச்சி. வீட்டு வேலைன்னு சொல்லித்தான் என்னைக் கூட்டிட்டு வந்தாங்க. இங்க வந்ததுக்கு அப்புறம்தான் தெரிஞ்சுது. இங்க பாக்க வேண்டியது வீட்டு வேலையில்ல, விபச்சாரம்னு. என் வீட்டுல யாருக்கும் நான் என்ன தொழில் பண்றேன்னு தெரியாது. அவங்களும் நான் வீட்டுவேலை பாக்குறேன்னுதான் நினைச்சிகிட்டு இருப்பாங்க. இப்போ மாட்டியிருக் கோமே இது சாதாரண கும்பல் இல்ல. இவங்களை விட்டு வெளியேயும் போகமுடியாது. எப்பிடி போறது சொல்லு! பாஸ்போர்ட்ட புடிங்கி வச்சிட்டாங்க. விசாவோ டூரிஸ்ட் விசா. அதுல இன்னும் ஒரு மாசம்தான் இங்க இருக்க முடியும். அதுக்கு மேல இருக்க முடியாது. இவங்க சொல்றபடி கேட்டு நடந்துகிட்டா எல்லாத்தையும் இவங்களே பாத்துக்கு வாங்க. கொஞ்சம் காசும் கிடைக்கும். நீயும் என்னை மாதிரிதான். உன்னைக்கூட விபசாரம் செய்யறதுக்குதான் கூட்டிட்டு வந்திருக்காங்க.’

நான் சித்ரா சொன்னதைக் கேட்டு அதிர்ந்து போய்விட்டேன். உடம்பை விற்றுக் காசு சம்பாதிப்பதற்காகவா சிங்கப்பூர் வந்தோம்? என்னால் அதை நினைத்துப் பார்க்கவே முடியவில்லை.

‘இந்த வேலை பார்க்க என்னால முடியாது. என் பாஸ்போர்ட்டை வாங்கிக் குடுத்துடுங்க. நான் தமிழ்நாட்டுக்கே திரும்பிப் போயிடுறேன்.’

‘அப்படியெல்லாம் சட்டுன்னு கிளம்பிப் போக முடியாது கலைவாணி! உன்னைப் பணம் கொடுத்து வாங்கியிருக்காங்க, தெரியும்ல? அந்தப் பணம் அவங்க கைக்கு வர்ற வரைக்கும் உன்னை வெளியே அனுப்ப மாட்டாங்க. அங்க பாரு தடிதடியா ஆளுங்க நிக்கிறாங்களா? அவங்க எல்லாருமே காலையில நீ பாத்தியே, அந்த பொம்பளையோட ஆளுங்க. அவங்களைத் தாண்டி யாராலயும் வெளிய போக முடியாது.

எனக்கு அழுகை வந்தது. உடைந்து அழுதேன்.

‘கலைவாணி! அழாதே! யாராவது பார்த்தா பிரச்னை ஆயிடும். நான் சொன்னதை நல்லா யோசனை பண்ணு!’

சித்ரா போய்விட்டாள்.

அழக்கூட முடியாதா? இனி என்ன செய்வது? இவள் சொல்வது போலத்தான் நான் நடக்க வேண்டுமா? நாம் என்ன செய்யப் போகிறோம். பக்கத்தில் போலீஸ் ஸ்டேஷன் ஏதாவது இருக்காதா? எப்படியாவது தப்பித்துப் போய்ப் புகார் கொடுத்துவிடலாமா? அப்படியே கொடுத்தாலும் என்னவென்று புகார் கொடுப்பது? யார் மேல் புகார் கொடுப்பது? அதெல்லாம் சரி. இவர்களிடமிருந்து எப்படி தப்பிப்பது? தப்பித்தாலும் போலீஸ் ஸ்டேஷனுக்கு எப்படி போவது? எனக்கு வழி தெரியாதே! இதற்கெல்லாம் அந்த ராணிதான் காரணம். சினிமாவில் துணை நடிகையாக நடித்துக் கொண்டிருந்த எனக்கு சிங்கப்பூர் போகச் சொல்லி ஆசை காட்டியது அவள்தானே! பாவம் அவளைத் திட்டி என்ன செய்வது? அவளுக்கு மட்டும் இது தெரியுமா என்ன? ஏதேதோ யோசனைகள். மனது முழுக்கக் கலங்கின குட்டை மாதிரி குழம்பிப் போய்க் கிடந்தது.

எப்படியோ அன்றைய பொழுது விடிந்தது. சித்ரா வந்தாள்.

'என்ன கலைவாணி! நான் சொன்னது புரிஞ்சுதா? நீ எவ்வளவு முயற்சி செஞ்சாலும் இவங்ககிட்டருந்து தப்பிக்க முடியாது. நானும் உன்னை மாதிரிதான். வந்த புதுசுல தப்பிக்க நெனைச்சு ஓடிட்டேன். எப்பிடியோ கண்டுபிடிச்சுட்டாங்க. என்னையக் கொண்டாந்து கால்ல சூடுபோட்டாங்க. இங்க பாரு' என்று காலைக் காட்டினாள். அவளுடைய காலில் அந்தச் சூட்டு தழும்பு பெரிதாக இருந்தது. சூடு பட்டபோது அவள் எந்த அளவுக்குத் துடித்திருப்பாள் என்பது புரிந்தது.

'பேசாம ஒத்துக்கோ! எப்பிடியும் இன்னைக்கு உன்னை விட மாட்டாங்க. கண்டிப்பா யாராவது ஒரு ஆளை அனுப்புவாங்க. எதையும் கண்டுக்காத. கண்ண மூடிக்கிட்டுப் படுத்து எந்திரிச்சுடு. கஸ்டமருக்கு நம்மளப் புடிச்சிருந்தா ரெண்டு வெள்ளி, மூணு வெள்ளி தனியாக் குடுப்பான். அதை யாரும் கேக்க மாட்டாங்க. சேத்து வச்சிக்கோ. சில கஸ்டமர் நம்மள வெளியில கூட்டிட்டுப் போவான். நாம நல்லா நடந்துகிட்டா முப்பதுவெள்ளி நாப்பது வெள்ளிக்கூட குடுப்பான். காசு. அதுதான் நமக்கு முக்கியம். அதைச் சம்பாதிக் கத்தானே இங்க வந்திருக்கோம்? இங்க நாம என்ன பண்றோம்னு யாருக்குத் தெரியப் போகுது? புத்திசாலித்தனமா பொழச்சுக்கோ. ஒரு வருஷம் ஓடிப் போயிரும். அதுக்கப்புறம் ஊருக்கு அனுப்புவாங்க. போ! விருப்பப்பட்டா மறுபடியும் வா! நான்லாம் ரெண்டு தடவை ஊருக்குப் போயிட்டு வந்துட்டேன். என்னா பண்றது? பொம்பளையா பொறந்தா இந்தக் கதிதான். நான் இங்க என்ன தொழில் செய்றேன்னு என் புருஷனுக்குத் தெரியும். தெரிஞ்சேதான் என்னை இங்க அனுப்பி

வச்சிருக்கான். என்ன பண்றது? காசுக்கு முன்னாடி எல்லாம் மானம், மரியாதை எல்லாம் பின்னால போயிடுது.'

நான் சித்ரா பேசுவதையே கேட்டுக்கொண்டு இருந்தேன். அவளைப் பார்க்கப் பாவமாக இருந்தது. இவளும் என்னைப் போலத்தான். இவள் மட்டுமல்ல. இவளைப் போல இங்கு இருக்கும் எல்லாப் பெண்களுமே என்னைப் போலத்தான். யாரும் விரும்பி இந்தத் தொழிலுக்கு வருவதில்லை. எல்லாமே சந்தர்ப்பம், சூழ்நிலை. எல்லாவற்றுக்கும் மேல் வறுமை. பாழாய்ப் போன வறுமை.

'நான் சொல்றத சொல்லிட்டேன். அப்புறம் உன் இஷ்டம்.' என்று சொல்லிவிட்டு வெளியே போய்விட்டாள் சித்ரா. எனக்குச் சாப்பிடப் பிடிக்கவில்லை. படுக்கையில் படுத்துக் கிடந்தேன்.

நான்கு மணிக்கு சித்ரா வந்தாள்.

'என்னா கலைவாணி! கோயிலுக்கு போலாமா?' என்றாள். நான் யோசிக்கவே இல்லை.

'போகலாம்' என்று சொன்னேன். முகம் கழுவி, வேறு புடைவை மாற்றிக் கொண்டு தயாரானேன். எனக்கு வேறு வழியில்லை. பிள்ளை களைக் காப்பாற்ற வேண்டும். அவர்களின் எதிர்காலம் எதைவிடவும் முக்கியம். எனக்கு வேறு வழியில்லை. சித்ரா சொல்வதைப் போல ஊரில் இருப்பவர்களுக்கு நான் என்ன வேலை செய்கிறேன் என்று தெரியவா போகிறது? தெரிந்தே சாக்கடையில் முழுக நான் தயாராகிவிட்டேன்.

இருவரும் அந்தக் கட்டடத்தைவிட்டு வெளியே வந்தோம். நடந்தோம்.

'இங்க பாரு கலைவாணி! நீ நெனைக்கிற மாதிரி இங்க தமிழ்நாட்டு ஆளுங்கல்லாம் அதிகம் வரமாட்டாங்க. சீனாக்காரன், சிங்கப்பூர்காரன், அப்புறம் வேற நாட்டு ஆளுங்கதான் வருவாங்க. அவனுங்களுக்கு தமிழ் தெரியாது. முக்கியமா நாம யாருன்னு தெரியாது. எதுக்கும் பயப்படாதே. வர்றவன்கிட்ட மூணு வெள்ளி, நாலு வெள்ளின்னு கேட்டு வாங்கு. ஒரு வெள்ளின்னா நம்ம தமிழ்நாட்டு காசுக்கு 25 ரூபா. பத்து நிமிஷம் பாஞ்சு நிமிஷத்துக்கு மேல எவன்கூடயும் இருக்காத. எவனாவது பத்து வெள்ளி குடுத்தான்னா பத்து நிமிஷம் அதிகமா இரு. அதே மாதிரி எவனாவது கலாட்டா பண்ணினான்னா, சத்தம் போடு. கத்து! அதோ அங்க அந்த தடியனுங்க நிக்கிறானுங்க பாரு. அவனுங்க பாத்துக்குவானுங்க. நம்ம ஆளுங்களுக்கு எல்லா மொழியும் தெரியும்.'

இதுதான் எனக்குச் சொல்லித் தரப்பட்ட முதல் தொழில் நுணுக்கம். தொழில்! இதுவும் ஒரு தொழிலா? எனக்கு வெறுப்பாக இருந்தது.

ஆனால் எனக்கு வேறு வழியில்லை. ஏதோ நினைவுக்கு வந்தவளாக சித்ரா சட்டென்று நின்றாள். தன் கைப்பையைத் திறந்து எதையோ கொடுத்தாள். பத்து பாக்கெட்டுகள். ஆணுறை. நான் திடுக்கிட்டு அவளைப் பார்த்தேன்.

'என்னது பத்துபேரா வருவாங்க?'

'இல்ல. இல்ல. அவ்வளவு பேர் வரமாட்டாங்க. ஒண்ணு ரெண்டு சரியா இருக்காது. அதுக்குத்தான். இங்க பாரு! யாரா இருந்தாலும் காண்டமில்லாம படுக்காத. நாமளே கஷ்டத்துக்குத்தான் இந்தத் தொழில் செய்ய வந்திருக்கோம். இதுல நோய், அது, இதுன்னு வந்துச்சுன்னா அவ்வளவுதான். நமக்குத் தாங்காது. என்ன புரியுதா?'

நான் 'புரிகிறது' என்பது போலத் தலையசைத்தேன்.

இரண்டு பேரும் சாலை ஓரமாக நின்று கொண்டிருந்தோம். சப்பையான மூக்கும் குள்ளமான உருவமும் கொண்ட ஒருவர் எங்களை நெருங்கினார். ஆள் நல்ல சிவப்பு நிறத்தில் இருந்தார். என்னையும் சித்ராவையும் ஏற இறங்கப் பார்த்தான். என்னைக் கையை நீட்டிக் காட்டி ஏதோ சொன்னான். அதற்காகவே காத்திருந்தது போலச் சற்று தள்ளி நின்றிருந்த எங்கள் 'கம்பெனி!' ஆள் ஒருவன் வந்து அவரிடம் பேரம் பேசினான். பணம் கை மாறியது. வந்தவர் என்னைத்தான் கூப்பிடுகிறார் என்று புரிந்தது. உள்ளுக்குள் பயமாக வேறு இருந்தது. அறிமுகம் இல்லாத ஒரு ஆளுடன் எப்படி? அது சரி. எல்லாவற்றுக்கும் துணிந்தாகிவிட்டது. இனி என்ன? அதோடு முடியாது என்று சொல்லிவிட்டால் தமிழ்நாட்டுக்கு எப்படி திரும்பப் போவது? நான் அவருடன் போனேன்.

நான் தங்கியிருந்த கட்டடத்துக்கு வந்தோம். எனக்கென்று ஒதுக்கப்பட்ட அறைக்குள் நுழைந்தோம். அது பத்தடிக்குப் பத்தடி அறை. சுவரோரமாக ஒரு கட்டில் போடப்பட்டிருந்தது. அதன் மேல் மெல்லிய ஒரு விரிப்பு. நான் அறைக்கு உள்ளே சென்று கதவை அடைத்தேன். அதற்குள் அந்த ஆள் உடைகளைக் கழற்றிக் கொண்டிருந்தார். நான் என் பேக்கைத் திறந்து சித்ரா கொடுத்திருந்த ஆணுறைகளில் ஒன்றைக் கையில் எடுத்துக்கொண்டு அந்த ஆளை நெருங்கினேன்.

அவர் மூன்று வெள்ளிகளை என் கையில் திணித்தார். 'காண்டம் வேண்டாம்' என்று ஜாடையில் சொல்லி, என் கையிலிருந்த ஆணுறையைப் பிடுங்கிக் கீழே போட்டான். சித்ரா சொன்னது எனக்கு நினைவுக்கு வந்தது. நானும் ஜாடையில் இதில்லாமல் முடியாது என்று சொல்லியபடி ஆணுறையைக் கையிலெடுத்தேன். அந்த ஆள் மேலும் ஒரு வெள்ளியைக் கொடுத்தார். நான் பிடிவாதாக மறுத்துவிட்டேன்.

முன் பின் தெரியாத ஓர் ஆளுடன் அன்று படுக்கையில் கிடந்தேன். என் மேல் எழுந்த வெறுப்பை என்னாலேயே சகிக்க முடியவில்லை. கண்களில் நீர் கோர்த்துக் கொண்டது. சுழலும் ஃபேனைப் பார்த்துக் கொண்டே படுத்துக் கிடந்தேன். அவன் முகத்தை நிமிர்ந்து பார்க்கக்கூட எனக்கு தைரியமில்லை. அந்தக் கணத்தில் அவன் அடித்தால்கூட வாங்கிக் கொள்ள நான் தயாராக இருந்தேன். பத்து நிமிடம் என்னுடன் இருந்தவன் எழுந்துகொண்டான். புரியாத மொழியில் ஏதோ பேசினான். என்னைத் திட்டினானா, பாராட்டினானா என்றுகூட எனக்குத் தெரியவில்லை. அவன் போன பிறகும் அறைக் குள்ளேயே படுத்துக் கிடந்தேன். சுமார் ஒரு மணி நேரம் கழித்து சித்ரா என்னைத் தேடி வந்தாள்.

'என்ன கலைவாணி! ஒண்ணும் பிரச்னையில்லையே? வந்தவன் எவ்ளோ கொடுத்தான்?'

'மூணு வெள்ளி.'

'இவ்ளோ நேரமா இருந்துட்டுப் போனான்?'

'இல்ல, இல்ல. பத்து நிமிஷத்துல போயிட்டான்.'

'அப்படின்னா வெளியில வரவேண்டியதுதானே? நல்ல கஸ்டமர் ஒருத்தரு தமிழ்நாட்டுக்காரரு வந்திருந்தாரு. உன்கூட அனுப்பலாம்னு பாத்தேன்.'

நான் அவளைப் பரிதாபமாகப் பார்த்தேன். என்ன நினைத்துக் கொண்டிருக்கிறாள் இவள்? எல்லாவற்றையும் உதறித் தள்ளி, இந்தத் தொழிலுக்குத் துணிந்துவிட்டேன். இல்லை என்று சொல்லவில்லை. அதற்காக இப்படியா? இந்த உடம்பு மெஷினா என்ன? உடம்பு கிடக்கட்டும். உடம்பு ஒத்துழைத்தாலும் மனது ஒத்துழைக்க வேண்டுமே! ஆனால், இப்படிஎல்லாம் யோசிப்பதுகூட என் போன்ற பெண்கள் விஷயத்தில் அபத்தம்தான். இந்த இடத்திலிருந்து பிடுங்கிக் கொண்டு எப்படியாவது தமிழ்நாட்டுக்குப் போய்விடவேண்டும். அதற்கு அவர்கள் சொல்கிறபடியெல்லாம் ஒத்துழைத்துத்தான் ஆக வேண்டும். கூடவே, பணம். அது வேண்டும். வெறுங் கையோடு ஊர் திரும்ப முடியாது. வட்டிக்கு வாங்கிய தொகை கண் முன்னால் வந்து நின்று மிரட்டிக்கொண்டிருந்தது.

கூடவே சித்ரா சொன்ன 'தமிழ்நாட்டுக்காரரு' என்னைத் திடுக்கிட வைத்தது. மதுக்கூர் பக்கத்து ஆட்கள் நிறைய பேர் அப்போது சிங்கப்பூரில் வேலை செய்துகொண்டிருந்தார்கள். அவர்களில் யாராவது இங்கே வந்துவிட்டால் மானம் போய்விடுமே என்று எனக்கு பயமாக இருந்தது.

‘தமிழ்நாட்டுக்காரங்க யாரும் வேணாங்க்கா. யாராச்சும் தெரிஞ்சவங்க இருந்துடப் போறாங்க.’

‘சே! சே! நம்பள மாதிரித் தலை காஞ்ச ஆளுங்கல்லாம் இங்க வரமாட்டாங்க கலைவாணி. நெறைய சம்பாதிச்சிட்டு, மெதப்புல இருக்குறவனுங்கதான் இங்க வருவானுங்க. நீ அதைப்பத்தியெல்லாம் கவலைப்படாதே. சரி, சரி. வா! இப்ப கஸ்டமர் வர்ற நேரம். நேரத்தை வீணாக்க வேணாம். வெளியில போயி நிப்போம்.’

இருவரும் வெளியே வந்து சாலை ஓரமாக நின்றோம். ஏற்கெனவே வந்த ஆளைப் போலவே இரண்டு பேர் வந்தார்கள். ஒருவர் பின் ஒருவராக. சுமார் ஒரு மணி நேரம். என்னால் முடியவில்லை. ஐம்பது பேருக்கு சமைத்துப் போட்டது போல அப்படி ஓர் அசதி.

கொஞ்ச நேரத்தில் அவள் வந்தாள். அந்த வில்லி பெண்மணி. என்னுடைய பாஸ்போர்ட், விசாவை வாங்கி வைத்துக் கொண்டவள். அவளுடைய பெயர் ரேணுகா என்று பிற்பாடு தெரிந்துகொண்டேன்.

‘என்னம்மா புதுப் பொண்ணு! தொழில் பழகிடுச்சா? ரொம்ப மொரண்டு பிடிக்காம பத்து ரூபா சம்பாதிக்கிற வழியைப் பாரு. எனக்கு மட்டும் இந்த வேலை செய்யறதுக்கு ஆசையா என்ன? வேலை வெட்டிக்கிப் போகாம உக்காந்து திங்கிற புருஷனுக்காகவும், வயசாகிப்போன பெருசுக்காகவும்தான் இங்கே வந்தேன். பின்னாடி இதுவே பொழப்பா ஆகிப் போச்சு. சரி இதையும் விட்டுத் தொலைச்சிடலாம்னா காசு யாரு தருவா? வயிறுன்னு ஒண்ணு இருக்குதே. அதுக்குத்தான் வந்தேன். ஆசை யாரை வுட்டுச்சி? ஆடம்பரம், வசதின்னு ஆக ஆக இந்தத் தொழிலையே பெரிசா பண்ண வேண்டியதாயிடுச்சு. புத்தியா பொழச்சு, நாலு காசு சேத்து வூட்டுக்குப் போற வழியப் பாரு.’

ரேணுகா, எனக்கு அறிவுரை சொல்லிவிட்டுப் போனாள். உண்மையில், நான் படிந்துவிட்டேனா என்பதை நோட்டமிடத்தான் அவள் வந்திருக்க வேண்டும். ஆனாலும், அவள் பேசியது வெற்று வார்த்தைகள் அல்ல என்றும் தோன்றியது. பாவம் அவளும் என்னைப் போல ஒரு பெண். யாரையோ நம்பி வந்து ஏமாந்திருப்பாள். பாவம்!

எனக்கு அவள்மீது பரிதாபம் தோன்றியது. கூடவே, அவள் மேல் நம்பிக்கையும் பிறந்தது. எந்தக் கஷ்டம் வந்தாலும் இவளிடம் சொல்லலாம், இவள் சாதாரண ஆள் இல்லை, தீர்த்துவைத்துவிடுவாள் என்கிற தெம்பு பிறந்தது.

ரேணுகா போன சிறிது நேரத்தில், சித்ரா ஒரு ஆளைக் கூட்டிக்கொண்டு என் அறைக்குள் வந்தாள். வந்தவள், அந்த ஆளை விட்டுவிட்டு

எதுவும் பேசாமல் 'விறுவிறு'வென்று வெளியே போய்விட்டார். வந்தவர் என் பக்கத்தில் உட்கார்ந்தார்.

'உன் பேரென்ன?'

நான் யாரைப் பார்க்கக் கூடாது என்று நினைத்தேனோ, அதே தமிழ்நாட்டுக்காரர். நான் ராஜு இறந்த பிறகு பொட்டு வைப்பதில்லை. பார்ப்பதற்கு கிறிஸ்துவ பெண் போல இருந்தேன்.

'ஸ்டெல்லா.'

'எந்த ஊர்?'

ஒரு வேளை இந்த ஆள் சென்னை, அல்லது பட்டுக்கோட்டை பக்கத்து ஆளாக இருந்தால் என்ன செய்வது?

'மதுரை.'

'மதுரையா? மதுரைல எங்க?'

நான் பதில் சொல்லவில்லை.

'ஏம்மா இப்படியெல்லாம் வர்றீங்க? தமிழ்நாட்லயே ஏதாவது வேலை செஞ்சி பொழைச்சுக்க வேண்டியதுதானே?'

'சார்! தேவையில்லாம எதுக்குப் பேசுறீங்க? எதுக்கு வந்தீங்களோ, அந்த வேலையை முடிச்சுட்டுப் போற வழியப் பாருங்க'

எனக்கே ஆச்சரியமாக இருந்தது. இப்படி என்னைப் பேச வைத்தது எது? இப்படிக்கூட என்னால் பேச முடியுமா? உள்ளுக்குள் இருந்த விரக்திதான் என்னை அப்படிப் பேச வைத்திருக்கிறது. அதற்குப் பிறகு அவர் எதுவும் பேசவில்லை. அவர் போன கொஞ்ச நேரத்தில் சித்ரா வந்தாள். எனக்கு வெறுப்பாக இருந்தது.

'அவ்வளவுதானா? இன்னும் யாராவது வருவாங்களா?'

'ஒரு நாளைக்கு மூணு பேரு, நாலு பேரு அவ்வளவுதான். அதுக்கு மேல நம்ம உடம்பு தாங்காது. நம்மள வச்சு தொழில் செய்யற வங்களுக்கும் இது தெரியும். நம்ம உடம்பு நல்லாயிருந்தாத்தானே நாளைக்கு அவங்களுக்கும் பணம் கெடைக்கும். இந்தா ரொட்டி குடுத்தாங்க. சாப்பிட்டுட்டு ரூமை பூட்டிட்டுத் தூங்கு!'

சித்ரா போனதும், அறையைத் தாழ்ப்பாள் போட்டேன். அழவேண்டும் போல இருந்தது. கதவை அடைத்துவிட்டு சுதந்தரமாக அழுதேன்.

தினமும் மாலை நேரத்தில் மேக்கப் போட்டுக்கொண்டு வெளியே போவது, கஸ்டமரைப் பார்ப்பது என்று தொழில் நுணுக்கம் எல்லாம்

ஒரே வாரத்தில் எனக்குப் பழகிப் போனது. நான் கஸ்டமரிடம் 'டிப்ஸ்'ஸை கேட்டு வாங்கக்கூடப் பழகிக் கொண்டேன். வயிற்றைக் காயப் போடாமல், நன்றாகச் சாப்பிட்டேன். உடம்பில் தெம்பு வேண்டாமா? வாய்விட்டுச் சிரிக்கப் பழகிக் கொண்டேன். முகத்தில் எப்போதும் ஒரு களை இருக்கவேண்டும். இந்தத் தொழிலுக்கு அது ரொம்ப முக்கியம். சித்ரா சொல்லியிருந்தாள். எல்லாம் நன்றாகத்தான் போய்க் கொண்டிருந்தது.

திடீரென்று ஒரு நாள் அது நடந்தது. இரவு நேரம். சிங்கப்பூர் போலீஸ் ரெய்டுக்கு வந்துவிட்டது. அந்தக் கட்டடத்தில் எங்கள் குழுவில் இருந்த எட்டுப்பேரை போலீஸ் கையும் களவுமாகப் பிடித்தது. அவர்களில் நானும் ஒருத்தி.

எனக்கு உலகமே இருட்டாக ஆகிவிட்டது போல இருந்தது. ஒரு பெண். தமிழ்ப் பெண். அவளை போலீஸ் கைது செய்துகொண்டு போனால் எப்படி இருக்கும்? அதுவும் விபச்சாரம் செய்தாள் என்ற காரணத்துக்காக. இது வெளியில் தெரிந்தால் என்ன ஆகும்? பேப்பரில் போடுவார்களோ? 'விபச்சாரம் செய்த அழகிகள் கைது!' இந்தச் செய்தி தமிழ்நாட்டுக்குப் போகுமா! தமிழ் பேப்பரில் போட்டு விடுவார்களோ! அக்கா பார்த்தால் எப்படியெல்லாம் துடிப்பாள்? பிள்ளைகளின் முகத்தில் எப்படி முழிப்பது? இதைக் கேள்விப்பட்டால் அம்மாவின் இதயம் நின்றுவிடாதா? அத்தான் காரித் துப்புவாரே!

இதற்காகவா சிங்கப்பூர் வந்தோம்? கைதாகி, சிங்கப்பூர் ஜெயிலில் களி தின்னுவதற்காகவா இங்கே வந்தேன்? இனி வாழ்க்கை என்ன ஆகும்? நம்மை யாராவது வெளியே கொண்டு வருவார்களா? அப்படி வெளியே கொண்டு வரும் ஆட்கள் யாராவது உண்மையில் இருக்கிறார்களா என்ன?

எங்களைக் கைது செய்யும்போதே ரேணுகாவையும் கைது செய்திருந்தது போலீஸ். போலீஸ் ஸ்டேஷனில் எல்லாரும் உட்கார்ந் திருந்தோம். சிங்கப்பூர் காவல்துறை தமிழ்நாடு காவல்துறை மாதிரி இல்லை. மரியாதையாக நடத்தினார்கள். ஸ்டேஷனில் ரேணுகா நல்ல செல்வாக்கான ஆள் என்பது வெளிப்படையாகத் தெரிந்தது. நாங்கள் கைதான சிறிது நேரத்திலேயே பெரிய ஆட்கள், வக்கீல் என்று நிறையபேர் போலீஸ் ஸ்டேஷனுக்கு உதவிக்கு வந்துவிட்டார்கள்.

எங்களை போலீஸ் விசாரித்தது. வக்கீல் உதவிக்கு வந்ததில் விபச்சார வழக்குப் போட மாட்டார்கள் என்பது தெரிந்தது. ஆனால் வேறொரு பிரச்னை முளைத்தது. ஒரு போலீஸ் அதிகாரி, 'உங்களோட விசா, பாஸ்போர்ட் எல்லாம் எங்கே?' என்று கேட்டார். உடனே ரேணுகாவின் ஆட்கள் கிளம்பிப் போய் எங்களுடைய

பாஸ்போர்ட்டுகளையும் விசாக்களையும் கொண்டுவந்து கொடுத்தார்கள்.

அவற்றை ஆராய்ந்தார் ஒரு போலீஸ்காரர். மொத்தம் நான்கு பேருக்கு டூரிஸ்ட் விசா தரப்பட்டிருந்தது. என்னையும் சேர்த்து.

'நீங்க அதிக பட்சம் ஒரு மாசம்தான் இங்க தங்கியிருக்க முடியும். அதுக்கு மேல இங்க இருந்தீங்கன்னா உங்களை ஜெயில்ல புடிச்சி போட்டுருவோம்.'

அதோடு எங்களுடைய பாஸ்போர்ட், விசாவை போலீஸ்காரர்களே வைத்துக் கொண்டார்கள்.

'சரியா ஒரு மாசம் முடிஞ்சதும் இங்க வந்துருங்க. நாங்களே உங்களை ஊருக்கு அனுப்பி வைக்கிறோம்' என்று சொல்லிவிட்டார்கள். என்னுடைய விசா முடிய பத்து நாள்கள்தான் இருந்தன.

எனக்கு வெளியே எங்கே போய்த் தங்குவது என்று தெரியவில்லை. நான் ரேணுகாவுடன் போனேன். ரேணுகாவின் முகத்தில் முன்பு இருந்த தைரியம் இல்லை. பயம் வெளிப்படையாகத் தெரிந்தது. அதற்குப் பிறகு இரண்டு நாள்கள் ரேணுகாவுடன் தங்கியிருந்தேன். இரண்டு நாள் கழித்து சித்ரா வந்தாள். இருவரும் ஏதேதோ பேசிக் கொண்டிருந்தோம். ஒரு கட்டத்தில் சித்ராவே கேட்டாள்.

'ஏன் கலைவாணி என்னமோ மாதிரி இருக்கே?'

'ஒண்ணுமில்ல. பணம் சம்பாதிக்கத்தான் வட்டிக்குப் பணம் வாங்கி, சிங்கப்பூர் வந்தேன். கடைசியில இப்பிடி ஆயிடுச்சி. இன்னும் ஒரு வாரத்துல மறுபடியும் தமிழ் நாட்டுக்கே திரும்பிப் போகணும். வட்டிக்கு வாங்கின பணத்தை எப்பிடி அடைக்கப் போறோம்னு கவலையா இருக்கு.'

'ஒரு வருஷம் இங்க இருந்திருந்தா நெறையா சம்பாதிச்சிருக்கலாம் கலைவாணி. இப்படி நடக்கும்னு யாருக்குத் தெரியும்? தொழில் போட்டியில யாரோ இப்பிடி போட்டுக் குடுத்துட்டாங்க. வேணும்னா ஒண்ணு செய்யலாம். வெளியில கூட்டிக்கிட்டு போறதுக்கு யாராச்சும் வந்தா கூடப் போறியா? கொஞ்சம் காசு அதிகம் கெடைக்கும். ஒருவாரம் கஷ்டப்பட்டா பத்து, பதினைஞ்சாயிரம் சம்பாதிக்கலாம்.'

திரும்பவும் இதே தொழிலா? எனக்கு திகிலாக இருந்தது.

'போலீஸ் புடிச்சிட்டா?'

'வெளியிலேயெல்லாம் அவ்வளவு சீக்கிரமா போலீஸ் பிடிக்காது. வெளியில கூட்டிக்கிட்டு போறவங்க பெரும்பாலும் சொந்த

வூட்டுக்குதான் கூட்டிக்கிட்டு போவாங்க. நான் வேணுன்னா ரேணுகாகிட்ட சொல்லட்டா?’

நான் தலையைக் குனிந்துகொண்டு ‘சரி’ என்றேன்.

அந்தச் சமயத்தில் நான் எடுத்த முடிவுதான் சரி என்று தோன்றியது. வட்டிக்கு வாங்கிய பணம் கண் முன்னால் வந்து நின்று மிரட்டிக் கொண்டிருந்தது. வேறு என்ன செய்வது? முழுத் தொகையும் இல்லா விட்டாலும், கிடைத்த வரைக்கும் ஏதாவது சம்பாதித்தாக வேண்டுமே!

நான் ஆட்களுடன் வெளியே போக ஆரம்பித்தேன். வெளியே போகும்போது ரேணுகாவும் கூட வருவாள். தூரத்திலேயே இருந்து பார்த்துக் கொள்வாள். கிடைக்கிற பணத்தில் ஆளுக்குப் பாதி என்பது எங்களுக்குள் எழுதப்படாத ஓர் ஒப்பந்தம். பெரும்பாலும் என்னை அழைத்துப் போகிறவர்கள் தமிழ்நாட்டுக்காரர்களாகத்தான் இருப்பார்கள். நான் ஒவ்வொருவரிடமும் ஒவ்வொரு பெயரைச் சொல்வேன். ஒவ்வொரு ஊரைச் சொல்வேன். கஸ்டமர்கள் மார்கெட், ஹோட்டல் என்று கூட்டிக்கொண்டு போவார்கள். ஆசைபட்டுக் கேட்பதை வாங்கித் தருவார்கள். அப்புறம் அவர்கள் இருக்கும் இடத்துக்கு அழைத்துப் போவார்கள். வேலை முடிந்ததும் அனுப்பி விடுவார்கள்.

இப்படிப் போவதில் ஒன்று தெரிந்தது. யாருக்கும் சந்தேகம் வரவில்லை. அப்படிப் போனபோது ஒவ்வொருவரும் இருபது வெள்ளிக்கு மேல் எனக்கு மட்டும் கொடுத்தார்கள். அவர்களிடம் ஏற்பட்டதில் ஒரு அனுபவத்தை மட்டும் என்னால் மறக்கவே முடியாது.

அவர் ரொம்ப வித்தியாசமானவர். வயது அறுபது இருக்கும். அவர் தமிழ் சினிமாவில் பிரபலமான நகைச்சுவை நடிகர் ஒருவரின் மாமா என்று சொல்லியிருந்தாள் ரேணுகா. அவர் தன்னுடைய காரிலேயே எங்களை அழைத்துக்கொண்டு போனார். வழியில் என்னுடன் பேச்சுக் கொடுத்தார். அவருக்கு என்னை மிகவும் பிடித்துப் போய்விட்டது. கடை வீதியில் நடக்கும் போது கொஞ்சம் கூடக் கூச்சமில்லாமல் என் மேல் கையைப் போட்டுக்கொண்டு நடந்தார். அவர் எப்பொழுதும் இப்படித்தானாம். என் மாதிரியான பெண்களிடம் மிகவும் அன்யோன்ய மாக நடந்துக்குவாராம்.

அன்றைக்கு அவர் ‘உனக்கு என்ன வேணும், என்ன வேணும்’ என்று கேட்டுக்கொண்டே இருந்தார். நான் ஒரு புடவை கேட்டேன். வாங்கிக் கொடுத்தார். அவர் கொடுத்த புடைவையை ரேணுகா கேட்டு வாங்கிக் கொண்டால் என்ன செய்வது என்று அதே மாதிரி இன்னொரு புடைவை கேட்டேன். அவரும் உடனே வாங்கிக் கொடுத்துவிட்டார்.

அவர் எப்படி வித்தியாசமானவர் என்று சொல்கிறேன். என்னைக் கூட்டிக்கொண்டு போனவர் என்னை எதுவுமே செய்யவில்லை. என்னையும் ரேணுகாவையும் அறைக்குள் அழைத்துப் போய் உட்கார வைத்தார். ஒரு சிகரெட்டை எடுத்துப் பற்ற வைத்துக் கொண்டார். ரேணுகா தன்னுடைய ஆடைகளை ஒவ்வொன்றாகக் கழற்றினாள். உள்ளாடையைத் தவிர வேறெதுவும் இல்லாமல் அப்படியே உட்கார்ந் திருந்தாள். ஒரு நாற்பது வயது பெண் அப்படி உட்கார்ந்திருப்பதைப் பார்க்கப் பெண்ணான எனக்கே வெட்கமாக இருந்தது. நான் முகம் சுளிப்பதை அந்தப் பெரியவர் கவனித்தார். உடனே திரும்பி ரேணுகாவை ஒரு பார்வை பார்த்தார்.

'என்ன கலைவாணி! அப்பிடியே உக்காந்திருக்கே! டிரஸ் எல்லாத்தையும் கழட்டு. அப்பத்தான் சாருக்குப் புடிக்கும்' என்றாள் ரேணுகா.

ஒரே நேரத்தில் இரண்டு பேரோடு... அதுவும் இந்த வயதானவர்... எப்படி...? எனக்கு நினைத்துப் பார்க்கவே அருவருப்பாக இருந்தது. நான் பேசாமல் உட்கார்ந்திருப்பதைப் பார்த்து ரேணுகா என் அருகில் வந்தாள்.

'சொல்றேன்ல? கழட்டு கலைவாணி!' என்று பல்லைக் கடித்துக் கொண்டு சொன்னாள். நானும் உள்ளாடையைத் தவிர எல்லா வற்றையும் கழற்றினேன். கூச்சத்தோடு உட்கார்ந்திருந்தேன். அந்தப் பெரியவர் வேறு ஒன்றும் செய்யவில்லை. சிகரெட் பிடிப்பார். எங்களை அங்கங்கே தொட்டுப் பார்ப்பார். அவ்வளவுதான். வேறு எதுவும் நடக்கவில்லை. சுமார் ஒருமணி நேரம் போயிருக்கும். எங்கள் உடைகளைப் போட்டுக்கொள்ளச் சொன்னார்.

ரேணுகா பக்கத்து அறைக்குப் போய் ஆடைகளை அணிந்தாள். நான் அவர் முன்பாகவே ஆடைகளைப் போட்டுக்கொண்டேன். திடீரென முதியவர் எழுந்து என் அருகே வந்தார். கையைப்பிடித்து, அதில் முப்பது வெள்ளிகளைத் திணித்தார். நாங்கள் எங்கள் இடத்துக்குத் திரும்பினோம்.

நான் தமிழ்நாட்டுக்குத் திரும்பவேண்டிய நாள் நெருங்கியது. சித்ரா வந்தாள்.

'என்ன கலைவாணி! நாளைக்குத்தானே ஊருக்குப் போறே?'

'ஆமாங்க்கா.'

'கையில காசு ஏதாவது இருந்தா, வீட்டுக்கு ஏதாவது வாங்கிட்டுப் போ!'

சரி. நினைத்தபடி சம்பாதிக்கத்தான் முடியவில்லை. இருக்கிற காசுக்கு ஏதாவது பொருளையாவது வாங்கலாம் என்று முடிவு செய்தேன். சித்ராவைக் கூட்டிக்கொண்டு கடை வீதிக்குப் போனேன்.அக்காவுக்கும் பிள்ளைகளுக்கும் சில பொருள்களை வாங்கினேன். ஆனால், எனக்கென்று எதையும் நான் வாங்கிக்கொள்ளவில்லை. அதுதான் ஏற்கெனவே 'விபச்சாரி' என்கிற பெரிய பொருளை இந்த சிங்கப்பூர் எனக்குக் கொடுத்துவிட்டதே!

அடுத்த நாள் அதிகாலையில் எழுந்து ஏர்போட்டுக்குப் போனேன். சித்ரா வழியனுப்ப வந்திருந்தாள்.

'கலைவாணி! ஒண்ணு சொன்னா தப்பா நினைக்க மாட்டியே?'

'இல்லக்கா. சொல்லுங்க!'

'திரும்பவும் இந்தத் தொழில் பண்ணணும்னு உனக்கு ஆசை இருந்துச்சுன்னு வச்சுக்கோ. நான் தமிழ்நாட்டுல ஒரு புரோக்கர் அட்ரஸ் தர்றேன். அவரு மூலமா இங்க வந்தா ஒரு வருஷம் தங்கலாம். நல்லா சம்பாதிக்கலாம். என்ன சொல்றே?'

நான் சித்ராவை உற்றுப் பார்த்தேன். அவள் உண்மையைப் பேசுகிறாள். என் மீது அக்கறையோடு பேசுகிறாள் என்பது எனக்குத் தெளிவாகத் தெரிந்தது. ஆனால், இன்னொரு முறை சிங்கப்பூருக்கு வருவதை என்னால் நினைத்துக்கூடப் பார்க்க முடியவில்லை.

'வேணாங்க்கா. நான் கிளம்பறேன்.'

நான் நடந்தேன். சென்னை செல்லும் விமானம் புறப்படத் தயாராகக் காத்திருந்தது.

6. உதவிக்கு வந்தவன்

இந்த முறை விமானத்தில் சென்னை திரும்பும்போது எனக்கு பிரமிப்புகள் இல்லை. ஏதோ சொகுசுப் பேருந்தில் பயணம் செய்வது போல இருந்தது. அவ்வளவுதான். ஆனால் சிங்கப்பூருக்குப் போகும் போது இருந்த எதிர்காலக் கனவுகள் இல்லை. மாறாக, மனம் அரண்டு போயிருந்தது. ஒரு பெரிய ராட்சசன் கைகளை விழுங்கக் காத்திருப்பது போல இருந்தது என் எதிர்காலம்.

இனி என்ன செய்யப் போகிறேன்? இந்தக் கேள்வி சதா என்னைத் துளைத்தெடுத்துக் கொண்டிருந்தது. கையில் அதிகம் பணம் இல்லை. வாங்கிய கடனை எப்படி அடைக்கப் போகிறேன்? திரும்பப் போனால் அந்தத் துணை நடிகை வேலையாவது கிடைக்குமா? அல்லது இத்தனை நாள் எங்கே போயிருந்தாய், வேறு வேலையைப் பார் என்று சொல்லித் திருப்பி அனுப்பிவிடுவார்களா? சென்னைக்குப் போனாலும் எங்கே தங்குவது? தனியாக இருந்த வீட்டையும் காலி செய்தாகி விட்டது. அக்கா வீட்டில்தான் தங்க வேண்டும். அங்கே அத்தான் என்கிற மிருகம் காத்திருக்கிறது.

ஒரு வேளை அர்த்தமில்லாமல் நான் பயந்துகொண்டிருக்கிறேனோ? பயப்படாமல் வேறு என்ன செய்ய? உதவுவதற்கும் ஆறுதல் சொல்லவும் இருந்த ஒரே ஜீவன் ராஜு. அவர் போனதுமே என் உயிரில் பாதி போய்விட்டது போலத்தான். இன்னும் என்ன மீதமிருக்கிறது? எல்லாவற்றையும் இழந்தாகிவிட்டது. மானம் உள்பட எல்லா வற்றையும். திரும்ப ஒரு வாழ்க்கையைப் புதிதாக ஆரம்பிக்க வேண்டும். சரி. ஆரம்பித்துவிடலாம். ஆனால், எங்கிருந்து? அதுதான் தெரியவில்லை. கொஞ்சம் கொஞ்சமாக நான் வலுவிழந்து, துவண்டு போய்க்கொண்டிருந்தேன். அதற்குள் சென்னை வந்துவிட்டிருந்தது.

விமான நிலையத்திலிருந்து வெளியே வந்து, கால் டாக்ஸி, ஆட்டோக் காரர்களின் குரலை லட்சியம் செய்யாமல், பஸ் பிடித்து மூலக்கடை

வந்து சேர்ந்தேன். அக்கா நாகவள்ளி வீட்டு வாசலில் உட்கார்ந் திருந்தாள். அவள் நான் வந்ததைக் கவனிக்கவில்லை. நான் அக்காவின் முன்னால் போய் நின்றேன். என்னைப் பார்த்துப் பதறிப் போனாள்.

'கலைவாணி! நெஜமாவே நீதானா? எனக்கு தெனமும் என் முன்னால நீ வந்து நிக்கிற மாதிரியே இருக்கும். பாத்தா அது பிரமையா இருக்கும். இன்னிக்கி என்னடான்னா உண்மையிலேயே நீ வந்து நிக்கிறே. என்னால நம்பவே முடியல. என்னாச்சு கலைவாணி! என்ன திடீர்னு வந்துட்டே? சிங்கப்பூர்ல ஏதாவது பிரச்னையா?'

நான் எதுவும் பேசவில்லை. 'ரொம்ப டயர்டா இருக்கு. அப்புறம் பேசலாங்க்கா' என்று சொல்லிவிட்டு உள்ளே போனேன். குளித்து, சாப்பிட்டுவிட்டு அசதியில் அப்படியே தூங்கிப் போனேன்.

அன்று மாலை அக்கா காபியுடன் என்னை எழுப்பினாள். நானும் அக்காவும் அமர்ந்து பேச ஆரம்பித்தோம். நான் அக்காவிடம் எதையும் ஒளிக்கவில்லை. இதுவரை எதையும் மறைத்ததுமில்லை. எல்லா வற்றையும் சொன்னேன். அக்கா அதிர்ந்து போனாள். என்னைக் கட்டிப் பிடித்துக் கொண்டு அழுதாள். ஒரு கட்டத்தில் நான் அவளுக்கு ஆறுதல் சொல்லித் தேற்ற வேண்டியதாகிவிட்டது. பிறகு சமாளித்துக் கொண்டு எழுந்தாள்.

'சரி. சரி. முகம் கழுவிட்டு வா. அத்தான் வர்ற நேரம். அத்தான் கிட்ட இதையெல்லாம் சொல்லாதே! என்ன?'

நான் 'சரி' என்றேன்.

என் பெரிய மகன் நான் வாங்கி வந்த சிங்கப்பூர் விளையாட்டுப் பொருள்களோடு விளையாடிக் கொண்டிருந்தான். அத்தான் வந்தார். என்னை ஆச்சரியமாகப் பார்த்தார்.

'அட! அதுக்குள்ள வந்துட்டியா?'

அவ்வளவுதான். வேறு எதுவும் கேட்கவில்லை. உண்மையில் என்னைப் பார்த்ததில் அவருக்கு சந்தோஷம் என்பது வெளிப் படையாகத் தெரிந்தது.

அடுத்த நாள் நான் முதலில் வேலைக்குப் போன சினிமா கம்பெனிக்குப் போனேன். எப்படியோ மறுபடியும் 'துணை நடிகை' வேலை கிடைத்தது. மனம் பூராவும் கடனை அடைக்கவேண்டுமே என்ற எண்ணத்திலேயே மூழ்கியிருந்தது. கடன், பட்ட அவமானம், எதிர்காலம் குறித்த கேள்வி எல்லாமும் சேர்ந்துகொண்டு என் மனநிலையைக் குழப்பின. என்னால் எதிலும் கவனம் செலுத்த முடியவில்லை. வேலை இருந்தால்கூடப் போக முடியவில்லை. சதா சித்த பிரமை பிடித்தது போல எங்கோ

வெறிக்கத் தொடங்கினேன். எனக்குச் சிரிப்பு மறந்து போயிருந்தது. எதைப் பார்த்தாலும் வெறுப்பு. கூடவே ஒரு எரிச்சல் உள்ளே புகுந்துகொண்டது. எதைப் பார்த்தாலும், யாரைப் பார்த்தாலும் எரிந்து விழ ஆரம்பித்தேன். என் குணத்துக்குக் கொஞ்சமும் பொருத்த மில்லாமல் இருந்தது என் நடவடிக்கை. கிட்டத்தட்ட ஒரு மாத காலத்துக்கு நான் அப்படி இருந்தேன். வீட்டிலேயே அடைந்து கிடந்தேன்.

அந்தச் சமயத்தில் வீட்டு நிலையும் அவ்வளவு நன்றாக இல்லை. திடீரென்று என் இரண்டாவது மகன் சரவணனுக்கு உடம்பு சரியில்லாமல் போனது. ஜுரம். அனலாகக் கொதித்துக் கிடந்தது உடம்பு. கண்ணை மூடிப் படுத்திருப்பான். திடீரென்று 'அம்மா!' என்று கத்தியபடி எழுந்துகொள்வான். என்னால் தாங்க முடியவில்லை. உடனே அவனை மருத்துவமனைக்குத் தூக்கிப் போகவேண்டும். வேறு வழியில்லை. ஆனால் என் கையில் ஒரு பைசாகூட இல்லை. அக்கா, பக்கத்துத் தெருவில் யாருக்கோ பிரசவம் என்று வெளியே போயிருந்தாள். எங்கள் குடும்பம் மருத்துவத் தொழில் இல்லையா? யாருக்காவது பிரசவம் என்றால் அக்காவைக் கூப்பிடுவார்கள். அவளும் போய்வருவாள். அஞ்சு, பத்து கிடைக்கும்.

இப்போது அக்காவும் வீட்டில் இல்லை. நாளைக்குத்தான் வருவாள். என்ன செய்வது? அத்தான் பத்து ரூபாய் கொடுத்தால் நூறுமுறை சொல்லிக்காட்டினார். அதையே சாக்காக வைத்து அக்காவை அடிக்க வேறு செய்தார். சரவணனைப் பார்த்தேன். அமைதியாகத் தூங்கிக் கொண்டிருந்தான். வீட்டில் வேறு யாரும் இல்லை. சரி. வெளியே போய், தெரிந்தவர்கள் யாரிடமாவது போய்ப் பணம் வாங்கி வரலாம். வேறு வழியில்லை. டாக்டரிடம் சரவணனை அழைத்துப் போயே ஆக வேண்டும்.

நான் வேறொரு புடைவையைக் கட்டிக் கொண்டேன். முகம் கழுவினேன். சரவணனை ஒரு முறை பார்த்துவிட்டு வெளியே வந்தேன். எங்கே போவது? வட பழனிப் பக்கம் போகலாமா? அங்கே தான் தோழிகள் இருந்தார்கள். ஆனால், கூச்சமாக இருந்தது. எப்படி போய்க் கடன் கேட்பது? 'ரொம்பக் கஷ்டமா இருக்கு. கொஞ்சம் பணம் வேணும்' இப்படிக் கேட்கவே கூச்சமாக இருந்தது. ஒரு மாத காலமாக வேலைக்கு வேறு போகவில்லை. வடபழனிக்குப் போக முடியாது என்று தோன்றியது. வேறு சில இடங்களுக்கு போனேன். அன்றைக்கு நான் தேடிப் போன மூன்று பேரில் ஒருவர்கூட வீட்டில் இல்லை. என் நேரம்.

கால் போன போக்கில், மனம் போன போக்கில் சுற்றினேன். கடைசியாக பாரீஸ் கார்னருக்கு வந்தேன். இயலாமை, வீட்டில்

முடியாமல் கிடக்கும் மகன், வெறுப்பு, சுய பச்சாதாபம் எல்லாம் சேர்ந்துகொள்ள என்னை அறியாமல் அழுகை முட்டிக் கொண்டு வந்தது. ரோடு, பல பேர் பார்க்கிறார்களே என்ற எந்த எண்ணமும் இல்லாமல் நான் பாட்டுக்கு அழுதேன்.

யாரோ என்னைக் கூப்பிடுவது போல இருந்தது. திரும்பிப்பார்த்தேன். என்னைக் கூப்பிட்டவர் என்னையே பார்த்துக்கொண்டிருந்தார். அந்தோணியார் கோயிலுக்குள்ளிருந்து வந்திருப்பார் போல. அவருக்குச் சுமார் முப்பத்தைந்து வயதிருக்கும். ஆள் பார்க்க கண்ணிய மாக இருந்தார். நல்ல உடைகளை அணிந்திருந்தார்.

'ஏம்மா அழுவுறீங்க?'

கஷ்டப்படும் சமயங்களில் இப்படி யாராவது கேட்க மாட்டார்களா என்றுதானே ஒவ்வொருவரும் துடிக்கிறோம். அவர் அப்படிக் கேட்டதும், கொட்டிவிட்டேன்.

'ஒண்ணுமில்லீங்க. என் மகனுக்கு உடம்பு சரியில்ல. ஜுரம். எந்திரிக்க முடியாமக் கெடக்கான். டாக்டர்கிட்ட கூட்டிக்கிட்டுப் போகணும். கையில ஒரு பைசா இல்ல. தெரிஞ்சவங்க யாரையாவது பாத்து பணம் வாங்கிட்டுப் போகலாம்னு வந்தேன். இன்னிக்கின்னு பாத்து ஒருத்தரைக்கூடப் பாக்க முடியல. எனக்கு இப்ப என்ன பண்றதுன்னே தெரியல. அழுதுகிட்டு நிக்கிறேன்.'

'உனக்கு எவ்வளவும்மா தேவைப்படுது?'

'எப்படியும் முந்நூறு ரூபாயாவது வேணும் சார்.'

'அடடா! இப்போ என்கிட்ட அம்பது ரூபாதானே இருக்கு. தப்பா நினைக்கலன்னா ஒண்ணு செய்யுங்க. என் கூட வாங்க. நான் இருக்கறது திருவேற்காடு. வீட்ல காசு இருக்கு. அங்க வந்தீங்கன்னா, பணத்தை எடுத்துக் குடுத்துடுறேன். நீங்க அடுத்த பஸ்ஸுலயே ஏறி, வீட்டுக்கு வந்துடலாம். என்ன சொல்றீங்க?'

நான் அவரைப் பார்த்தேன். அவரைப் பார்த்தால் தவறாக நினைக்கவே முடியவில்லை. அப்படி ஒரு தோற்றம்.

'சரி.'

'ஒரு நிமிஷம். இந்தா வந்துடுறேன்' என்று சொல்லிவிட்டு அவர் போனார்.

அன்றைய சூழ்நிலையில் என்னால் வேறு என்ன சொல்ல முடியும்? எவ்வளவு தூரமாக இருந்தால்தான் என்ன? பிள்ளையைக் காப்பாற்றப்

பணம் வேண்டும். இங்கேயே இப்படிச் சுற்றிக் கொண்டிருப்பதைவிட உறுதியாக ஓர் இடத்தில் பணம் கிடைக்கிறது என்றால் அங்கே போவதுதானே சரி?

நான் கொஞ்சம் நிம்மதியானேன். புடைவைத் தலைப்பால் முகத்தைத் துடைத்துக்கொண்டேன். என் அருகில் மோட்டார் பைக் ஒன்று வந்து நின்றது. என்னிடம் பேசியவர்தான் ஓரமாக நின்றிருந்த அவருடைய பைக்கை எடுத்துக்கொண்டு வந்திருந்தார்.

'உக்காருங்க. போகலாம்.'

ஒரு கணம் யோசித்தேன். சட்டென்று வண்டியில் ஏறி உட்கார்ந்தேன். சென்னையில் அறிமுகமில்லாத ஒருவருடன் நான் வண்டியில் போவது அதுதான் முதல் முறை. நினைத்தால் உடம்பே கூசியது. ஆனால், என்ன வேறு என்ன செய்ய முடியும்?

அவர் வண்டியை வேகமாக ஓட்டினார். வேகத்தடையே இல்லாத இடத்தில்கூட அந்த வண்டி பிரேக் அடித்தது. ஆனால் என்னால் வேறு எதையும் யோசிக்க முடியவில்லை. மனசு முழுவதும் சரவணனையே நினைத்துக் கொண்டிருந்தது. மதுரவாயிலில் ஓர் ஓரமாக அவர் வண்டியை நிறுத்தினார்.

'கொஞ்சம் இருங்க. தெரிஞ்சவர் ஒருத்தர் இருக்கார். அவரைப் பாத்து வந்துடுறேன்.' என்று சொல்லிவிட்டு ரோட்டை தாண்டி எதிரே போனார். சரி. இங்கேயே யாரிடமாவது பணம் வாங்கிக் கொடுக்கப் போகிறார் போல என்று நினைத்தேன். ரோட்டின் எதிர்ப்புறம் ஒரு ஒயின் ஷாப் இருந்தது. அவர் அங்கே போனார். அவர் திரும்பி வந்தபோது, அவர் கையில் இரண்டு பீர் பாட்டில்களும், சிப்ஸ் பாக்கெட்டும் இருந்தன. என்னைப் பார்த்து அசடு வழியச் சிரித்தார். பைக்கின் பக்கவாட்டில் இருந்த பெட்டியில் எல்லாவற்றையும் வைத்தார்.

'சரி, போலாங்க.' என்றார். மதிய வெயில் குறையத் தொடங்கியபோது நாங்கள் திருவேற்காட்டை நெருங்கினோம். அம்மன் கோயிலுக்குச் சொந்தமான, பக்தர்கள் தங்கும் விடுதியில் இருந்த ஓர் அறைக்கு என்னை அழைத்துப் போனார்.

'இதெல்லாம் நமக்குத் தெரிஞ்ச இடம்தான். உக்காருங்க.'

நான் தயக்கத்தோடு உட்கார்ந்தேன். அவர் பீர் பாட்டிலை எடுத்தார். குடிக்க ஆரம்பித்தார்.

'ரொம்ப டென்ஷன். அதான். உங்களுக்கு?...'

நான் வேண்டாம் என்று பயத்தோடு தலையசைத்தேன்.

‘இது ஒண்ணும் பண்ணாதுங்க. பச்சத் தண்ணி. இப்போ இதை, ஸ்கூல் பசங்க எல்லாம் குடிக்க ஆரம்பிச்சுட்டாங்க.’

‘வேணாங்க.’ நான் அழுத்தமாகச் சொன்னேன்.

அவர் குடித்து முடித்தார்.

‘சரிங்க. மத்தியானம் ஏதாவது சாப்டீங்களோ என்னவோ, இந்த சிப்ஸையாவது சாப்டுக்கிட்டு இருங்க. நான் வீட்டுக்குப் போய் பணத்தை எடுத்துட்டு வந்துடுறேன்.’

அவர் போனதும் அப்படியே உட்கார்ந்திருந்தேன். அந்தோணியார் கோயிலிலிருந்து வந்தவர் அம்மன் கோயில் இருக்கும் ஊரில் உதவப் போகிறார். நான் கட்டிலில் படுத்தேன். காலையில் இருந்து அலைந்த அலைச்சல், பசி மயக்கம் எல்லாம் சேர்ந்துகொள்ள அப்படியே தூங்கிப் போனேன்.

எவ்வளவு நேரம் தூங்கியிருப்பேனோ! யாரோ என் உடலை வருடுகிறார்களே! ஒரு வேளை நான் இருப்பது சிங்கப்பூரோ! மதுவாடை அடிக்கிறதே? யாரோ என் ஆடைகளைக் களைகிறார்களே! நான் சட்டென்று விழித்துக் கொண்டேன். என்னை அழைத்து வந்தவர் என் பக்கத்தில் அமர்ந்திருந்தார்.

அவர் மேல் சட்டை இல்லாமல், பனியனோடு இருந்தார். நான் விழித்தும்கூட அவர் என் உடலில் வைத்திருந்த தன் கையை எடுக்கவில்லை.

‘ஏங்க என்ன பண்றீங்க? காசு தரேன்னுதானே கூட்டிக்கிட்டு வந்தீங்க? இப்போ என்னடான்னா இப்பிடி பண்றீங்க. அதுவும் கோயில் இருக்குற எடத்துல.’

‘இந்த பாரும்மா. சும்மா கத்தாதே! உனக்கு வேண்டியது காசுதானே! தரேன். கொஞ்ச நேரம் என் கூட இரு. போதும். எனக்கு சுகம், உனக்கு காசு. என்ன சொல்றே?’

நான் யோசனையோடு அந்த ஆளைப் பார்த்தேன். சே! என்ன பிறவி இவன்? உதவுகிறேன் என்று கூட்டி வந்துவிட்டு உடம்பைக் கேட்கிறானே? இப்படியே இந்த ஆள் முகத்தில் ஓர் அறைவிட்டால் என்ன? முடியாது என்று சொன்னால் என்ன செய்வான்? முடியாது என்று சொல்லிவிட்டாலும் இப்போது காசு வேண்டுமே! அங்கே சரவணன் உடம்பு சரியில்லாமல் படுத்துக் கிடக்கிறான். இவனிடம் முறைத்துக் கொண்டு வெளியே போனாலும் வீட்டுக்கு எப்படி போவது? கையில் இருப்பது மூன்று ரூபாய்.

இன்னொரு பக்கம் சிங்கப்பூர் நினைவுக்கு வந்தது. சிங்கப்பூரில் செய்த தொழிலைத்தான் இங்கேயும் தொடரவேண்டுமோ? அதுதான் என் தலையெழுத்தோ? இப்போது யோசிப்பதற்கு நேரமில்லை. ஒரு முடிவை எடுத்தாகவேண்டும். எனக்கு சம்மதிப்பதைத் தவிர வேறு வழியிருக்க வில்லை. அவன் என்னுடைய ஆடைகளை ஒவ்வொன்றாக அவிழ்க்க ஆரம்பித்தான்.

மனிதர்களின் உடலுக்குப் பசி எடுக்கும்போது எல்லாம் மறந்து விடுகிறது. எதையும் செய்ய மனம் துணிந்துவிடுகிறது. இந்த ஆளும் அப்படித்தான். என்னை அந்தோணியார் கோயிலுக்கு அருகே பார்த்த போதே, உன் உடம்பு வேண்டும் என்று இவன் சொல்லியிருந்தால், நான் இவ்வளவு தூரம் வந்திருக்க மாட்டேன்.

நான் எழுந்து புடைவையைக் கட்டிக்கொண்டேன். அவன் அப்படியே படுத்திருந்தான்.

'பணம் குடுங்க.'

'இரும்மா. வீட்ல வெளியில போயிருக்காங்கன்னு சொன்னேன்ல? இந்நேரம் வந்திருப்பாங்க. சரி கெளம்பு. நீ கோயில் வாசல்லயே நில்லு. நான் வீட்டுக்குப் போயி பணம் எடுத்துகிட்டு வந்து உன்னை பஸ்ல ஏத்தி விட்டுடறேன்.' நாங்கள் வெளியே வந்தோம். நான் திருவேற்காடு மாரியம்மன் கோயில் வாசலில் நின்றேன். அவன் வீட்டுக்குப் போனான்.

அப்போது மணி இரவு ஒன்பதரை இருக்கும். கோயிலில் கூட்டம் குறைந்திருந்தது. கோயில் தன் கதவை அடைத்துக் கொள்ள ஆயத்தமாகிக் கொண்டிருந்தது. கோயில் வாசலில் எலுமிச்சம் பழங்கள் சிதறிக் கிடந்தன. அதிலிருந்து வந்த வாசனை என்னவோ செய்தது.

போனவனை இன்னும் காணவில்லை. நான் தெரிந்தவர்கள் யாராவது வந்துவிடப் போகிறார்களே என்று அங்கும் இங்கும் பார்த்தபடி இருந்தேன். கோயிலுக்குப் பக்கத்திலேயே பஸ் ஸ்டாண்ட். இரண்டு பேருந்துகள் நின்றிருந்தன. ஒன்று பிராட்வேக்கு போவது. இன்னொன்று வடபழனி. மணி பத்தை நெருங்கியபோது பிராட்வே பஸ் கிளம்பிப் போனது.

எங்கே போனான் அவன்? நேரமாக நேரமாக எனக்குள் பதற்றம் தொற்றிக்கொண்டது. படபடப்பாக இருந்தது. ஒரு வேளை அவன் வர மாட்டானோ? என்னை ஏமாற்றிவிட்டானா? சே! சே! ஏன் அவன் என்னை ஏமாற்ற வேண்டும்? அவன் கேட்டுக்கொண்டபடி நான் நடந்து கொண்டுவிட்டேன். இனிமேல் அவன் முறைதான் பாக்கி.

மணி பத்து பத்து. வடபழனி பஸ் கண்டக்டர் ஓர் ஓரமாக நின்று சிகரெட் பிடித்துக்கொண்டிருந்தார்.

இங்கிருந்து இனிமேல் வீட்டுக்குப் போக முடியாது. வடபழனிக்குத் தான் போக வேண்டும். அங்கே இருக்கும் யாராவது ஒரு தோழி வீட்டுக்குப் போய்விடவேண்டியதுதான்.

அவன் போய் ஒரு மணி நேரத்துக்கும் மேல் ஆகிவிட்டதை அப்போது தான் உணர்ந்தேன். இது ஒன்றும் பெரிய ஊர் இல்லை. போனவன், பணம் இருக்கிறது, இல்லை என்ற ஏதாவது ஒரு தகவலுடன் வருவதற்கு அதிகபட்சம் பதினைந்து நிமிடங்கள் போதும். ஏன் இவ்வளவு நேரமாகிறது? என்னிடம் மூன்று ரூபாய் இருந்தது. வடபழனிக்குப் போக வேண்டும் என்றால்கூட ஐந்து ரூபாய் வேண்டுமே! பசி மயக்கம் வேறு. நான் துவண்டு போயிருந்தேன், மனத்தளவிலும் உடலளவிலும்.

எனக்குத் தெளிவாகப் புரிந்துவிட்டது. வேலை முடிந்ததும் அவன் கம்பி நீட்டிவிட்டான். இனி அவன் வரமாட்டான். இனியும் அவன் வருவான் என்று நம்புவது முட்டாள்தனம். இந்த பஸ்ஸை விட்டால் வீடு போய்ச் சேர வேறு வழியில்லை.

டிரைவர் அவருடைய சீட்டில் உட்கார்ந்து பஸ்ஸை உறுமவிட்டார். கண்டக்டர் பஸ்ஸில் டிக்கெட் கொடுத்துக்கொண்டு இருந்தார். நான் பதறிப் போனவளாக ஓடிப் போய் பஸ்ஸில் ஏறினேன். என்னிடம் இருந்த மூன்று ரூபாயை எடுத்து கண்டக்டரிடம் நீட்டினேன்.

'ஒரு வடபழனி!' மெல்லிய குரலில் சொன்னேன்.

'வடபழனிக்கு அஞ்சு ரூபாம்மா.'

'என் கிட்ட வேற காசு இல்ல சார். சொந்தக்காரங்க வீட்டுக்கு வந்தேன். அவங்க எல்லாரும் வெளியூர் போயிட்டாங்க. இப்ப என்ன பண்றதுன்னு தெரியல.'

கண்டக்டரின் முகத்தைப் பார்க்கக்கூடத் திராணியில்லாமல், அழுகிற குரலில் சொன்னேன். அவர் என்ன நினைத்தாரோ, சட்டென்று டிக்கெட்டைக் கிழித்துக் கொடுத்துவிட்டார். வேறு ஒரு வார்த்தை கூடப் பேசவில்லை.

ஆண்களின் உலகம் விசித்திரமான உலகமாக இருக்கிறது. யார் நல்லவன், எவன் கெட்டவன் என்று கண்டுகொள்வது அவ்வளவு சுலப மானதாக இல்லை. குழந்தைக்கு உடம்பு சரியில்லை, மருத்துவ மனைக்குப் போகக் காசு வேண்டும் என்று அழுதவளைக் கூட்டி

வந்தவன் இப்படி இரக்கமில்லாதவனாகவா இருப்பான்? அதுவும் கோயில் இருக்கிற ஓர் ஊரில். பிறகு எதற்கு இங்கே கடவுள் என்று ஒன்று இருக்கிறது?

அவன் மட்டும் அன்றைக்கு என் கண்ணில் பட்டிருந்தால் நான் அவனை என்ன செய்திருப்பேன் என்று எனக்கே தெரியாது. அவனை விடக்கூடாது. திருட்டுப் பயல்! ஆனால் அவனை எப்படி கண்டு பிடிப்பது? அவன் முகம்... ஆ! அதுகூட இப்போது நினைவுக்கு வர மாட்டேன் என்கிறதே!

பஸ்ஸில் வரும்போது எதை எதையோ யோசித்தபடி வந்தேன். ஒரு வழியாக வடபழனியில் வந்து இறங்கினேன். எங்கே போகலாம்? யார் வீட்டுக்குப் போகலாம்? கடைசியில், சினிமா கம்பெனியில் என்னுடன் வேலை செய்த தோழி பார்வதியின் வீடு நினைவுக்கு வந்தது. அவள் வீட்டைத் தேடிப் போனேன். தயங்கித் தயங்கிக் கதவைத் தட்டினேன். அதற்கு முன்பு பகலில்தான் அவள் வீட்டுக்கு வந்திருக்கிறேன். அவள்தான் வந்து கதவைத் திறந்தாள்.

என்னை ஆச்சரியமாகப் பார்த்தாள். எனக்கு அவளைப் பார்த்ததும் அழுகை வந்துவிட்டது. உள்ளே அழைத்துப் போனாள். என்னை அவள் பேசவே விடவில்லை.

‘முதல்ல சாப்பிடு! எதுவா இருந்தாலும் அப்புறம் பேசிக்கலாம்.’

சாப்பிட்டுவிட்டு அவளிடம் நடந்ததைச் சொல்லி அழுதேன். இரவு அங்கேயே தங்கினேன். காலையில் அங்கிருந்து கிளம்பும்போது தோழி என் கையில் முன்னூறு ரூபாயைக் கொடுத்தாள்.

‘நாளையிலேருந்து சினிமா கம்பெனிக்கு வந்துடு கலைவாணி! ஷூட்டிங் எதுனா இருந்துச்சுன்னா போவோம். இப்பிடி சும்மாவே இருந்தா சாப்பாட்டுக்கு என்ன பண்ணுவே?’ அவள் சொன்ன அறிவுரை ஏற்றுக் கொள்ளக் கூடியதாக இருந்தது.

வீட்டுக்கு வரும் வழியில் அத்தான் கேட்டால், என்ன பதில் சொல்வது என்று யோசித்தபடி வந்தேன். அக்காவிடம் நடந்ததைச் சொல்லி விடலாம். அக்கா பார்த்துக்கொள்வாள். வீட்டுக்குள் நுழைந்ததும் அக்கா பதறியடித்தவளாக ஓடி வந்தாள்.

‘ராத்திரி எங்க போயிட்ட கலைவாணி? நான் என்ன ஆச்சோ, ஏதாச்சோன்னு எவ்வளவு பதறிப் போயிட்டேன் தெரியுமா?’

‘வேலை விஷயமா ஒருத்தியப் பாக்க வடபழனிக்குப் போயிருந் தேங்க்கா. ராத்திரி ரொம்ப லேட்டாயிடிச்சி. பஸ்ஸூம் இல்ல. என்

ஃபிரெண்டும் காலையில போலான்னு சொன்னா. சரின்னு அங்கேயே தங்கிட்டு வந்தேங்க்கா.'

அக்கா சமாதானமானாள். இனி அவளே அத்தானிடமும் சொல்லி விடுவாள். அக்கா ஏற்றுக் கொண்டாலும், அத்தான் ஏற்றுக் கொண்டாலும் என் உள் மனசு ஏற்றுக் கொள்ளவில்லை. பாவி! பணம் தருகிறேன் என்று கூட்டிக் கொண்டு போய் என்னை அனுப வித்துவிட்டுப் பாதியில் விட்டுவிட்டும் போய்விட்டானே என்கிற ஆதங்கம் என்னை சுமையாக அழுத்திக் கொண்டிருந்தது.

மறுநாள் காலையில் சீக்கிரமே எழுந்து, குளித்துவிட்டு, ஐந்து மணிக் கெல்லாம் வடபழனிக்குக் கிளம்பிவிட்டேன்.

வடபழனி பாண்டியன் ஹோட்டலுக்கு அருகே தோழி பார்வதி நின்றிருந்தாள். என்னைப் பார்த்ததும் சிரித்தாள். குழந்தை எப்படி இருக்கிறான் என்று விசாரித்தாள். அதற்குப் பிறகு இருவரும் ஏஜெண்டு களை பார்ப்பதிலேயே கவனமாக இருந்தோம். அப்போதெல்லாம் வடபழனி பாண்டியன் ஹோட்டல் வாசலில் காலை ஐந்து மணியிலிருந்து கலர்கலராக ஆடை உடுத்திய பெண்கள் நின்று கொண்டிருப்பார்கள். சில ஏஜெண்டுகள் முதல் நாளே அவர்களுக்குத் தோதான ஆட்களைச் சொல்லி வரச் சொல்வதும் உண்டு.

எப்போதாவது அதிகக் கூட்டம் இடம் பெறுகிற காட்சி எடுக்க வேண்டும் என்றால்தான் வத்தலும் தொத்தலுமாக இருக்கிறவர் களுக்கும், கருப்பாக இருக்கிற பெண்களுக்கும் யோகம் அடிக்கும். இல்லையென்றால் பத்துமணி வெயில் சுள்ளென்று முகத்தில் அடிக்கிற வரைக்கும் நின்று விட்டுப் பசியோடு வீடு திரும்ப வேண்டியதுதான். அன்றைக்கு 'பொற்காலம்' என்ற பட ஷூட்டிங்குக்காக ஆள் எடுத்துக் கொண்டிருந்தார்கள். பார்வதி அந்தத் துணை நடிகை ஏஜெண்டுக்கு மிகவும் பரிச்சயமானவள். அந்த ஏஜெண்ட், பார்வதி மேல் இருந்த பாசத்தில் என்னையும் சேர்த்துக்கொண்டார்.

அந்த ஷூட்டிங்கில் எப்பொழுதும் போல நானும் பார்வதியும் பத்தோட பதினொன்னாக நடித்தோம். அன்றைக்கு புரொடக்ஷன் சாப்பாடு கிடைத்தது. கூடவே எண்பது ரூபாய் கூலியும் பேட்டாவாக இருபது ரூபாயும். கொஞ்சம் திருப்தியாக மனதுக்கு ஏதோ சமாதானம் கிடைத்தது போல இருந்தது. ஆனாலும் திருவேற்காட்டுக்கு என்னை அழைத்துப் போனவனின் நினைவு வந்துகொண்டே இருந்தது. சென்னையில் அவனைப் போல எத்தனை பாவிகள் அலைகிறார்களோ!

7. வடபழனி டூ திருவல்லிக்கேணி

வீட்டுக்குப் போனேன். அக்காவிடம் சம்பளப் பணத்தைக் கொடுத்தேன். வீட்டுவேலையைப் பார்க்க ஆரம்பித்தேன். வீட்டைப் பெருக்கினேன். அத்தான் நாற்காலியில் உட்கார்ந்துகொண்டு என்னையே ஒரு மாதிரியாகப் பார்த்துக் கொண்டிருந்தார். எனக்கு என்னவோ போல இருந்தது. முகத்தைத் திருப்பிக் கொண்டேன்.

அத்தான் எழுந்து உள்ளே சாப்பிடப் போனார். கொஞ்ச நேரத்தில் உள்ளே பெரிய சத்தம் கேட்டது. சாப்பாட்டுத் தட்டை சுவற்றில் விசிறி அடிக்கும் சத்தமும் கேட்டது.

'என்னாடி சோறு இது? எதையாவது நாக்குல வைக்கறதுக்கு வெளங்குதா? என்னமோ மண்ணை அவுச்சு தட்டுல போட்டா மாதிரியில்ல இருக்கு! வெளில போயி சம்பாதிச்சிட்டு வர்ற ஆளுக்கு போடுறது மாதிரி எதையாவது போடுறீங்களா நீங்க? ஊட்ல ஒருத்திக்கு ரெண்டு பேரு இருக்கீங்க!' திட்டிவிட்டு வெளியே போய்விட்டார் அத்தான். அக்கா அழுதாள்.

அதிகாலையிலேயே எழுந்து வடபழனி, பாண்டியன் ஹோட்டலுக்குப் போய் நிற்பதை வழக்கமாக்கி இருந்தேன். வேலை தினமும் கிடைக்கும் என்று சொல்ல முடியாது. வேலை கிடைக்காத நாள்களில், பார்வதியுடன் எங்காவது சுற்றிவிட்டு வீடு திரும்புவேன். அன்றைக்கும் அப்படித்தான். அதிகாலையில் குளிப்பதற்காக பாத்ரூமுக்குப் போனேன். பாத்ரூம் என்றால், டைல்ஸ் ஒட்டி, ஷவர் கொட்டுகிற, சுடுதண்ணி ஒரு பைப்பிலும், பச்சைத் தண்ணீர் ஒரு பைப்பிலும் வருகிற குழாய்கள் கொண்ட பாத்ரூம் இல்லை. கதவு என்கிற பெயரில் ஒரு விளம்பரத் தட்டியும் அதற்கு மேல் சாக்கையும் போட்டு மறைக்கப் பட்ட பாத்ரூம். பகல் நேரத்தில் பெண்கள் அதில் குளிக்க முடியாது. மறுபக்கம் தெருவில் போகிறவர்களுக்கு குளிக்கிறவர்களின் உடம்பு அப்பட்டமாகத் தெரியும். அதனால பெரும்பாலும் நானும் அக்காவும் விடிவதற்குள் குளித்து விடுவோம்.

நான் புடவையை அவிழ்த்துத் தட்டிமேல் போட்டேன். பாவாடையைக் கட்டிக்கொண்டேன். ஒரு சொம்பு தண்ணிய எடுத்துத் தலையில் ஊற்றியபோது எனக்கு திடுக்கென்று இருந்தது. யாரோ என்னைப் பார்க்கிறார்கள் என்பது போல ஒரு பிரமை. பிரமையா அது? இல்லை. தட்டிக்கு அந்தப் பக்கம் வெறிக்கிற கண்கள். சட்டென்று தட்டிமேல் கிடந்த புடைவையை எடுத்து என் மார் மேல் போர்த்திக்கொண்டேன். தட்டிக் கதவைத் திறந்தேன். அத்தான் வெளியே நின்றிருந்தார்.

'என்ன அத்தான் இது? இங்க என்ன பண்றீங்க?' என் குரலில் தெரிந்த உஷ்ணத்தில் ஆடிப் போனவராக உள்ளே போய்விட்டார் அத்தான். நான் வேகமாகக் குளித்து முடித்தேன். வீட்டுக்குள் போனேன். உள்ளே அத்தான் அக்காவை இழுத்துப்போட்டு அடித்துக் கொண்டிருந்தார்.

'ஒருத்திக்கு ரெண்டு பேரு வீட்ல இருக்கீங்கள்ல? வெளியிலே வேலைக்கு போற ஆளுக்கு என்னா தேவைன்னு தெரியாது? நீ என்னமோ உன் பாட்டுக்கு வடிச்சிக் கொட்டிக்கிட்டே இருக்கே. அது மட்டும்தான் வேலைங்கிற மாதிரி. அவ என்னன்னா, எதையுமே கண்டுக்க மாட்டேங்கிறா. மேக்கப் போட்டுக்கிட்டு மினிக்கிக்கினு வெளியில போயிடுறா. என்னைப் பாத்தா உங்களுக்கு எப்பிடி இருக்கு?'

அத்தான் தன்னால் முடிந்த வரை அக்காவை அடித்துத் துவைத்துவிட்டு வெளியே போய்விட்டார். இதற்கு மேல் எனக்குப் புரியாதா என்ன? அத்தான் என்னை மனதில் வைத்துக்கொண்டுதான் அக்காவைப் போட்டு அடிக்கிறார் என்பதுகூடத் தெரியாத முட்டாளா நான்?

அன்றைக்கு முழுக்க அக்கா விசும்பிக்கொண்டே இருந்தாள். புருஷன் அடித்தால் வாங்கித்தான் ஆகவேண்டும். மறுப்பதோ, எதிர்த்துப் பேசுவதோ கூடாது. இந்த மடத்தனமான கட்டுப்பட்ட லட்சக்கணக் கான பெண்களில் அக்காவும் ஒருத்தி. அடி வாங்கியதால் அவள் செய்கிற வேலை ஒன்றுகூடக் குறைந்து போய்விடவில்லை.

நான் அன்றைக்கு வடபழனிக்குப் போகவில்லை. போகப் பிடிக்க வில்லை. அக்கா வாங்கிய அடி உள்ளுக்குள் உறுத்திக்கொண்டே இருந்தது. அவள் எனக்காக அடி வாங்கியிருந்தாள். இரண்டுபேரும் சாப்பிட்டுவிட்டு எதுவும் பேசாமல் உட்கார்ந்திருந்தோம். உண்மையில் எனக்கு அந்த வீட்டில் இருக்கவே பிடிக்கவில்லை. பிள்ளையைக் கூட்டிக்கொண்டு வேறு எங்காவது போய்விடலாம் என்றால் எங்கே போவது? முதலில் கையில் கொஞ்சமாவது காசு வேண்டாமா? சிங்கப்பூர் போவதற்கு அத்தான் கொஞ்சம் கடன் வாங்கிக்கொடுத் திருந்தார். அந்தக் கடனையே இன்னும் அடைத்து முடிக்கவில்லை.

பக்கத்து வீட்டிலிருக்கும் பெண்மணி வந்தாள். முகத்தில் லேசாகப் பதட்டம். 'என் மகளுக்கு பிரசவ வலி வந்துடுச்சு. என்கூட தி.நகர்

வரைக்கும் வாயேன்' என்று அக்காவைக் கூப்பிட்டாள். என்னிடம் சொல்லிக்கொண்டு அக்கா கிளம்பிப் போனாள். எனக்கும் அக்கா மனசு சரியில்லாமல் இங்கேயே இருப்பதைவிட எங்கேயாவது வெளியில் போய்விட்டு வருவதுதான் சரி என்று பட்டது.

பத்து மணிக்கு அத்தான் வந்தார். நான் சட்டென்று எழுந்தேன். அவர் சாப்பிடுவதற்கு இட்லியைத் தட்டில் வைத்து எடுத்து வந்து, கொடுத்தேன்.

'எங்க அவ?'

'பக்கத்து வீட்டக்கா மகளுக்குப் பிரசவ வலி வந்திடுச்சாம். தி.நகருக்குக் கூடப் போயிருக்காங்க.'

'ஊர்ல இருக்கறவளுக்கெல்லாம் புள்ள பொறக்குது. நமக்கு பொறக்க மாட்டேங்குது.'

அத்தான் சாப்பிட்டு முடித்தார். எனக்கு அவர் முகத்தை ஏறெடுத்துப் பார்க்கவே கூச்சமாக இருந்தது. காலையில் தட்டி ஓட்டை வழியாக, வெறித்துப் பார்த்த கண்கள் இவருடையதல்லவா? நான் பாத்திரங்களை எடுத்து வைத்துவிட்டு சுவரோரமாகப் போய்ப் படுத்தேன். குழப்பம், கவலை இவற்றோடு அசதி சேர்ந்துகொண்டது. என்னை மறந்து தூங்கி விட்டேன். யாரோ வெளிக் கதவைச் சாத்துவது போல இருந்தது. எனக்குத் தூக்கம் தெளிந்து போனது. திரும்பிப் படுத்தேன். திடுக்கிட்டுப் போனேன். பக்கத்தில் என்னைப் பார்த்தபடி அத்தான் படுத்திருந்தார். நான் விலகிப் போயிருந்த என் மாராப்பை சரி செய்தபடி பட்டென்று எழுந்தேன்.

'என்னா கலைவாணி! எந்திரிச்சிட்டே! எனக்கு கெடைக்க வேண்டியது கெடைச்சா, நான் ஏன் தேவையில்லாம அலையப்போறேன்? அதான் காலையில நீ குளிக்கிறப்போ...' வார்த்தைகளை மென்று விழுங்கினார். என்னைப் பரிதாபமாகப் பார்த்தார். பிறகு, குரலில் குழைவை வரவழைத்துக்கொண்டு பேசினார்.

'உங்கக்காவுக்கு அந்த நோவு, இந்த நோவுன்னு எப்ப பாத்தாலும் வியாதி. மருந்து, மாத்திரைன்னு எவ்வளவோ செலவு செஞ்சுட்டேன். கடைசியில மார்ல புத்து நோய்ன்னுட்டாங்க டாக்டருங்க. நானும் அவளை வச்சுக்கிட்டு என்னதான் பண்ணுவேன் சொல்லு! வேற பொம் பளைங்ககிட்ட போகலாம். அவமானப்பட வேண்டியிருக்கும். என் வூட்லேயே உன்னை வச்சிக்கிட்டு நான் ஏன் வெளியில போகணும்? உனக்குப் புருஷன் இல்ல. எனக்கு பொண்டாட்டி சுகம் இல்ல. உன்கிட்ட எனக்கு உரிமை இல்லியா, சொல்லு. இதுல என்னா தப்பு? ஊர் உலகத்துல நடக்காததா என்ன? வா கலைவாணி!'

என் மேல் கையைப் போட்டார் அத்தான். என்னால் அந்தக் கையை விலக்க முடியவில்லை. அதை அப்பால் தூக்கி வீசுகிற தைரியம் எனக்கு இல்லை. இவன் கேடு கெட்ட மனிதன். அதில் எனக்கு ஒரு துளிகூடச் சந்தேகம் இல்லை. ஆனால், இப்படிப்பட்ட சூழலில் என் போன்ற ஒரு பெண் என்ன செய்வாள்? நான் கெட்டுப்போகாத பதிவிரதை இல்லை. திருவேற்காட்டிலிருந்து சிங்கப்பூர் வரைக்கும் சீரழிந்தவள். இவன்கூடப் படுப்பதால் ஒன்றும் குறைந்து போய்விடப் போவதில்லை. அக்காவைக் காப்பாற்றிய சந்தோஷமாவது கிடைக்கும்.

அந்த ஈனப் பயலுக்கு எத்தனை நாள் வெறியோ? ஆசையைத் தீர்த்துக் கொண்டான். ஒன்றுமே நடக்காதது போல வெளியே போனான். சிங்கப்பூரில் வேறு ஆண்களோடு படுத்து எழுந்திரிக்கிற ஒவ்வொரு முறையும் எனக்கு அழுகை வரும். அன்றைக்கு எனக்கு ஒரு துளி கண்ணீர்கூட வரவில்லை.

கொஞ்ச நேரத்தில் அக்கா வந்தாள். 'கலை! ஏன் ஒரு மாதிரி இருக்கே? என்ன ஆச்சு?' அக்காவிடம் நடந்ததைச் சொன்னேன்.

'என்னாலதாண்டி உனக்கு இந்த நெலமை. எப்பிடியும் இவன் உன்னை விட்டுவைக்க மாட்டான்னு எனக்குத் தெரியும். அதுக்குத்தான் நான் எங்கயும் வெளிய போகாம இருந்தேன்.' அக்கா தலையில் அடித்துக் கொண்டு அழுதாள். இப்போது நான் அவளைத் தேற்ற வேண்டிய நிலைமை.

'சரி வுடுக்கா. யாரு அவரு? அத்தான்தானே! நீ தெனமும் படுற சித்ரவதையை என்னால பாக்க முடியலை. அது தாங்காமத்தான் நான் ஒத்துக்கிட்டேன்.'

★

மறுநாள் வழக்கம் போல வடபழனிக்குப் போனேன். துணை நடிகைகளின் வாழ்க்கை எப்போதுமே கேள்விக்குறியான ஒன்று. தினமும் நிரந்தர வேலை, நிரந்தரச் சம்பளம் என்பதெல்லாம் அவர்கள் வாழ்க்கையில் இல்லை. ரொம்ப நாள்களாகவே எனக்கும் பார்வதிக்கும் வேலை கிடைக்கவில்லை. வேலைக்கு அழைக்கிறவர்கள் புதுப் பெண்களாகப் பார்த்து அழைத்துக் கொண்டு போனார்கள். நாங்க பழசாகிவிட்டோம்.

அன்றைக்கு எங்கள் பக்கம் அதிர்ஷ்டம் இருந்தது. அது ஒரு பெரிய பட்ஜெட் படமாம். ஆள் போதாமல் என்னையும் பார்வதியையும் அழைத்துக்கொண்டு போனார்கள். எப்பவும் போலப் பத்தோடு பதினொன்றாக நிற்கிற வேலை. ஆனால் எங்களுக்கான கவனிப்பு பலமாக இருந்தது. அவன் பெயர் சந்துரு. புரொடக்ஷனில் வேலை

செய்கிறான். அவன் தான் எங்கள் இருவரையும் விழுந்து விழுந்து கவனித்தான்.

துணை நடிகைகள் எல்லோரும் ஒரு இடத்தில் ஒன்றாக உட்கார்ந்து சாப்பிட்டார்கள். ஆனால் எனக்கு மட்டும், நான் இருக்கிற இடத்துக்கே சாப்பாட்டைக் கொண்டு வந்து கொடுத்தான். சந்துருவுக்கு இருபத்தாறு வயது இருக்கும். பார்க்க லட்சணமாகத்தான் இருந்தான். வழக்கமாக ஷூட்டிங்கில் பார்க்கிற எல்லோரையும் போலத்தான் பேசினான்.

'என்ன சம்பளம்?', 'ஏன் நடிக்க வந்தே?', 'குடும்பத்துல ரொம்ப கஷ்டமா?' விசாரணை எல்லாம் முடிந்ததும் நான் எதை எதிர் பார்த்தேனோ, அதை பட்டென்று கேட்டுவிட்டான்.

'என்கூட வர்றியா? ஜாலியா இருக்கலாம். ஐநூறு ரூபா பணம் தர்றேன்.'

நான் பதில் பேசாமல் எழுந்து போய்விட்டேன். நான் அவனை உதாசீனப்படுத்தியது என்னவோ செய்திருக்க வேண்டும். என்னையே ஏக்கமாகப் பார்த்துக் கொண்டு இருந்தான். ஷூட்டிங் முடிகிற வரைக்கும் அவன் பார்வை பின் தொடர்ந்தது. நான் பார்வதியிடம் சந்துரு கேட்டதைச் சொன்னேன். ஆனால், அவள் கொஞ்சம் கூட உணர்ச்சிவசப்படவில்லை.

'ஆமா கலை. இந்த வேலை பாக்குற நம்மளை மாதிரி பொண்ணுங் களை எல்லாருமே அப்படித்தான் பாப்பானுங்க. அவன் கேட்டதைப் பத்தி நீ என்னை நினைக்கிறே?'

'என்னத்தைச் சொல்றது? நமக்கும் சரியா வேலை கிடைக்க மாட்டேங்குது. இந்த நேரத்துல அவன் தர்ற ஐநூறு ரூபா பணம் ரொம்ப உதவியாத்தான் இருக்கும். ஆனா பயமா இருக்கு. எங்கயாவது லாட்ஜூல போயி ரூம் போட்டு, போலீஸ்ல மாட்டிக்கிட்டா என்ன பண்றது?'

'அட! அதுக்குப் போயா பயப்படுறே? என்கூட முன்னாடில்லாம் ஷூட்டிங்குக்கு வருவாள்ல, நிர்மலா. அவ வீடு பக்கத்துலதான் இருக்குது. நூத்தி அம்பதுரூபாயை அவகிட்ட குடுத்துட்டா அவ எதையும் கண்டுக்க மாட்டா. யாருக்கும் சந்தேகமும் வராது. நான்கூட அங்க போயிருக்கேன். நீ தப்பா நெனைச்சிக்குவேன்னுதான் உன்கிட்ட சொல்லலை. நாளைக்கு நானே நிர்மலா வீட்டுக்குக் கூட்டிட்டு போறேன்.'

நான் மெல்ல மெல்ல இன்னொரு புதைகுழிக்குள் இறங்கத் தயாரானேன். வருமானம் இல்லை. வாழ்வதற்கு வழி இல்லை. பணம். அது இருந்தால்தான் அன்றாட பாடு ஓடும் என்கிற சூழ்நிலை. நான் சந்துருவுக்கு சம்மதம் தெரிவித்தேன். இன்னொரு பக்கம் சிங்கப்பூர்

போக வாங்கிய கடனைக் கேட்டுக் கடன் கொடுத்தவர்கள் நச்சரிக்க ஆரம்பித்திருந்தார்கள். அதை மட்டும் அடைத்துவிட்டால் கூட எல்லாவற்றுக்கும் தலை முழுகிவிடலாம். முதலில் அத்தான் என்கிற மிருகத்திடம் இருந்து விலகி ஓட வேண்டும். அதற்குப் பணம் ரொம்ப அவசியமாக இருந்தது.

சந்துரு என்னையே பார்த்துக் கொண்டிருந்தான். அவனை அருகே வரும்படி ஜாடையாக அழைத்தேன்.

'நாளைக்கு காலையில பத்துமணிக்கு வடபழனி விஜயா ஆஸ்பிட்டல் வாசல்ல வந்து நில்லு.'

'சரி.' அவன் முகத்தில் சந்தோஷம் பளிச்சிட்டது.

மறுநாள் காலையில் நானும் பார்வதியும் வடபழனிக்குப் போனோம். எங்களுக்கு முன்பாகவே வந்து காத்திருந்தான் சந்துரு.

'வா கலை, ஏதாவது சாப்பிடுறியா?' என் பதிலைக் கூட எதிர்பாராதவனாக ஹோட்டலுக்குக் கூட்டிக்கொண்டு போனான். மூன்று பேரும் டிபன் சாப்பிட்டோம். ஆட்டோல போயிடலாமா?'

'தோ! கொஞ்ச தூரம்தான். எதுக்கு ஆட்டோ?' என்றாள் பார்வதி. குறுகிய சந்து வழியாக நடந்து நிர்மலா வீட்டுக்குப் போனோம். நிர்மலாவுக்கு சுமாராக நாற்பதைந்து வயதிருக்கும். இளம் வயதில் அழகாக இருந்திருப்பாள் என்பதற்கான அத்தனை லட்சணங்களும் முகத்திலும் உடம்பிலும் தெரிந்தன. முகம் மலர எங்களை வரவேற்றாள். பார்வதி என்னை நிர்மலாவுக்கு அறிமுகப்படுத்தினாள்.

கொஞ்ச நேரம் சாதாரணமாகப் பேசிக்கொண்டிருந்தோம். பார்வதி நிர்மலா காதில் ஏதோ சொன்னாள்.

நிர்மலா என்னைத் திரும்பிப் பார்த்துச் சொன்னாள். 'உள்ளே போ கண்ணு! நாங்க இப்பிடியே உக்காந்து பேசிக்கிட்டிருக்கோம்.'

நானும் சந்துருவும் உள்ளே போனோம். அந்த வீடு நான் நினைத்த மாதிரி இல்லை. ஒரே ஒரு ஹால்தான் இருந்தது. ஹாலின் மூலையில் ஒரு டி.வி. சுதவை ஒருக்களித்த மாதிரி வைத்துவிட்டு பார்வதியும் நிர்மலாவும் வாசலிலேயே உட்கார்ந்து பேசிக்கொண்டிருந்தார்கள். எனக்குக் கதவைச் சாத்தினால் தேவலாம் என்று இருந்தது. திறந்திருந்த கதவைப் பார்க்கப் பார்க்கக் கூச்சமாக இருந்தது. சந்துருவோ எதைப் பற்றியும் கவலைப்படாமல் என்னை அங்கே தொடுவதும், இங்கே கிள்ளுவதுமாகத் தன் வேலையை ஆரம்பித்திருந்தான். பார்வதி என்னை யதேச்சையாகத் திரும்பிப் பார்த்தாள். என் கூச்சத்தை உணர்ந்த வளாக எழுந்து உள்ளே வந்தாள்.

‘என்னா கலை! இன்னும் நின்னுக்கிட்டே இருக்கே?’

‘இல்லக்கா கதவு...’

‘அதயெல்லாம் பாக்காதே! நீ பாட்டுக்கு உன் வேலையப் பாரு.’ இப்படிக் கொஞ்சம் கூட லஜ்ஜையில்லாமல் சொல்லிவிட்டு நிர்மலா விடம் போனாள். நிர்மலா என்ன நினைத்தாளோ, கதவைச் சாத்தினாள்.

கதவை அடைத்த இரண்டே நிமிடத்தில் வேலையை முடித்துவிட்டான் சந்துரு. முதல்நாள் ஷூட்டிங்கில் பார்த்த ஹீரோயினை நினைத்துக் கொண்டு என்னை சித்ரவதை செய்து முடித்திருந்தான். சட்டையைப் போடுவதற்கு முன் ஐநூறு ரூபாயை எடுத்துக் கொடுத்தான். நான் புடைவையைக் கட்டிக்கொண்டேன். பார்வதி உள்ளே வந்தாள்.

‘என்னா முடிஞ்சுதா? சரி. நிர்மலாவுக்கு ஒரு நூத்தி ஐம்பது ரூபா குடு.’

நான் ரூபாயை எடுத்துக் கொடுத்தேன். அந்த நிர்மலாவுக்கு என்ன கஷ்டமோ, அவளை எந்த அத்தான் இந்த நிலைமைக்கு ஆளாக் கினானோ? நிர்மலாவிடம் சொல்லிக்கொண்டு மூவரும் வெளியே வந்தோம். நடக்கத் தொடங்கினோம். சந்துரு எங்களை காபி சாப்பிட அழைத்தான். காப்பி சாப்பிட்டுவிட்டுப் பிரிந்தோம். சந்துரு திரும்பித் திரும்பி என்னையே பார்த்தபடி போனான். பார்வதியும் அதை கவனித்தாள்.

‘இதோ பாரு கலை. இந்த வேலையில நாமதான் கவனமா இருக்கணும். வர்றவன்லாம் ஆசையா பேசுவான். லவ் பண்ற மாதிரி பாப்பான். என் உயிரே நீதாம்பான். நாம அதுல மயங்கிடக் கூடாது. காசு விஷயத்துல கறாரா இருந்தாத்தான் நம்ம வண்டி ஓடும். வர்றவனுக்கு அஞ்சு நிமிஷம், அது போதும். ஆனா நமக்கு அதுதான் வாழ்க்கை.’

நான் அவள் சொல்வதை மௌனமாகக் கேட்டுக்கொண்டேன். பிறகு பார்வதி வேறு ஏதோ வேலை இருப்பதாகச் சொல்லிவிட்டு அவள் வழியில் போனாள். கையில் முழுதாக முன்னூற்றி ஐம்பது ரூபாய் இருந்தது. அதுவும் ஒரு மணி நேரத்தில் சம்பாதித்த தொகை. ஒருநாள் ஷூட்டிங்குக்குப் போனால்கூட நூறு ரூபாய்தான் மிஞ்சும். இப்படியே சம்பாதித்தால் இன்னும் ஆறு மாதத்தில் சிங்கப்பூர் கடனைக்கூட அடைத்துவிடலாம். எது நடக்கிறதோ அது நன்றாகவே நடக்கிறது.

நான் வீட்டுக்குப் போனேன். அது நான் வழக்கமாக வீட்டுக்குப் போகிற நேரமில்லை. அன்றைக்கு மதியமே வீட்டுக்கு வந்த என்னை அக்கா ஆச்சரியமாகப் பார்த்தாள்.

‘கலைவாணி! இன்னைக்கு ஷூட்டிங் இல்லையா?’

நான்தான் எந்த விஷயத்தையும் அக்காவிடம் மறைத்ததுஇல்லையே! தயங்கித் தயங்கி அக்காவிடம் சந்துருவுடன் இருந்ததைச் சொல்லி விட்டேன். அக்கா பதறிப் போனாள்.

'கலைவாணி! உனக்கு ரெண்டு புள்ளைங்க இருக்கு. அதுவும் ஆம்பள புள்ளைங்க. நீ இப்படிப்பட்டவன்னு பின்னாடி அவங்களுக்கு தெரிஞ்சு போச்சுன்னா உன் வாழ்க்கையே பாழாயிடும். வேணாம்டி. இந்தத் தொழில் வேணாம். எங்கயாவது கொத்தனார் வேலைக்கு போயாச்சும் பொழச்சுக்கோ! இதெல்லாம் நமக்கு சரிபட்டு வராது. வேணாம் கலைவாணி!'

நானும் அத்தான், சிங்கப்பூர்காரர்கள், திருவேற்காடு ஆள், சினிமா ஷூட்டிங்கில் பார்த்தவர்கள் என்று எவ்வளவோ பார்த்துவிட்டேன். எல்லா இடத்திலும் ஆண்களுக்கு தேவையாக இருந்தது என் உடம்புதான். மற்றபடி என் மேலும் மற்ற பெண்கள் மேலும் அக்கறை யாருக்கும் இல்லை. கொத்தனார் வேலை இல்லை, கலெக்டர் வேலையே பார்த்தாலும்கூட இவர்கள் நம்மை விடமாட்டார்கள். அக்கா வெளிஉலகம் தெரியாதவள். நான் அக்காவிடம் 'சரிக்கா' என்று சொல்லிவிட்டேனே தவிர, இந்தத் தொழிலைத்தான் இனிமேல் செய்வது என்று நான் முடிவெடுத்துவிட்டேன்.

நான் வடபழனி பக்கம் தொடர்ந்து போக ஆரம்பித்தேன். பார்வதியும் நானும் மிக நெருங்கிய தோழிகளாகிவிட்டோம். ஒரு பக்கம் 'பாரதி கண்ணம்மா', 'நீ எந்தன் வானம்', 'ராசைய்யா' போன்ற சினிமா ஷூட்டிங்கில் துணை நடிகையாக நடித்தேன். இன்னொரு பக்கம் கார் டிரைவர், லைட்மேன் என்று புதுப்புது ஆட்களோடு தொடர்பு கிடைத்தது. வடபழனியிலிருந்த நிர்மலா வீட்டுக்கு அடிக்கடி நான் போக வேண்டி வந்தது. இடை இடையே அத்தானுக்கும் என் உடம்பைக் கொடுக்கவேண்டியிருந்தது.

தொடர்ந்து இரண்டு மூன்று நாள்கள் ஷூட்டிங் இல்லை என்றால் கையில் சுத்தமாகக் காசு இருக்காது. வெறுப்பாக இருக்கும். அப்படித் தான் ஒரு முறை தொடர்ந்து நான்கு நாள்கள் ஷூட்டிங் இல்லை. திண்டாடிப் போய்விட்டேன். பார்வதிக்கும் அதே நிலை. முதல் நாள் அவளைப் பார்க்க முடியவில்லை. மறு நாள் பார்த்தபோது கேட்டேன்.

'என்னக்கா நேத்திக்கி ஷூட்டிங் இல்லை. உன்னையும் காணோம்?'

'என்னா பண்றது கலை! நம்ம மூஞ்சிக்கி தெனமும் ஷூட்டிங் கெடைக்க மாட்டேங்குது. கம்பெனி ஆளுங்க புதுப் பொண்ணுகளா தேடி ஓடுறாங்க. அதான் நேத்து திருவல்லிக்கேணி பக்கம் போயிட்டேன்.'

'திருவல்லிக்கேணியா? அங்க எதுக்குக்கா?'

‘வெளியூர்ல இருந்து சென்னைக்கு வர்ற ஆளுங்க பெரும்பாலும் அங்கதான் தங்குவாங்க. புதுசாவோ, ரெகுலராவோ வர்ற ஆளுங்களுக்கு நம்மள மாதிரி பொம்பளைங்க தேவைப்படுவாங்க. போனா நமக்குக் கொஞ்சம் பணமும் கெடைக்கும். இங்க மட்டும் நாம என்ன பண்ணிக் கிட்டு இருக்கோம்? அதைத்தான் அங்கேயும் பண்ணப் போறோம். நீ வருவியோ, மாட்டியோன்னுதான் நான் உன்னைக் கூப்பிடல.’

நான் பார்வதியின் முகத்தையே கொஞ்ச நேரம் பார்த்துக் கொண்டிருந்து விட்டுச் சொன்னேன்: ‘இன்னிக்கி நானும் வறேங்க்கா.’ முதன் முறையாக விபச்சாரம் செய்வதற்கு முழுமனதோடு நான் ஒத்துக்கொண்டது அன்றைக்குத்தான். நாங்கள் திருவல்லிக்கேணிக்குப் போனோம்.

அது ஒரு வெள்ளிக்கிழமை. அண்ணா சிலையில் இறங்கி, அண்ணாவின் முதுகுக்குப் பின்னால் நடக்கத் தொடங்கினோம். திருவல்லிக்கேணி காவல் நிலையம், சிக்னல் தாண்டி கலைவாணர் அரங்கம் இருந்தது. அதற்குப் பக்கத்தில் ஒரு பஸ் ஸ்டாப். அங்கே போய் நின்றோம். அதற்கு பக்கத்தில் ஒரு எஸ்.டி.டி. பூத் இருந்தது. பார்ப்பதற்கு பெட்டிக்கடை போல இருந்தது. பார்வதி பூத்தில் உட்கார்ந்திருந்த ஒருவரிடம் போய்ப் பேசினாள். பிறகு அங்கிருந்தபடியே என்னைக் கூப்பிட்டாள். உள்ளே இருந்தவரிடம் என்னை அறிமுகப்படுத்தினாள்.

‘கிருஷ்ணன்! இவ என் ஃபிரெண்டு. பேரு கலைவாணி.’

அவர் கருப்பு கண்ணாடி அணிந்திருந்தார்.

‘எப்ப வந்தாலும் கிருஷ்ணன் கடையில நின்னுக்கோ கலை! ரொம்ப நல்லவர். வெளியில எங்கயாவது கிருஷ்ணன் போனார்னா மட்டும் பூத்தை கொஞ்ச நேரம் பாத்துக்கோ!’ அவர் அசடு வழிவது போலக் குனிந்தபடி, தலையை ஆட்டினார்.

பூத்திலிருந்து கொஞ்சம் தள்ளி வந்தபிறகு பார்வதி சொன்னாள்: ‘கலை! கிருஷ்ணனுக்கு ரெண்டு கண்ணும் தெரியாது. பாவம்! இந்த பூத்தை நம்பித்தான் அவர் குடும்பமே இருக்கு. நாம இப்பிடிப் பட்ட தொழில் செய்யறோங்கறது அவருக்குத் தெரியும். கண்ணு தெரியாத என்னை ஏமாத்தறவங்க இருக்காங்க. கண்ணு தெரிஞ்சிருந்தும் உங்களையும் சிலபேர் ஏமாத்தறாங்களேன்னு வருத்தப்படுவாரு.’

கிருஷ்ணன் மேல் எனக்கு மரியாதை கூடியது. இரண்டு கண்ணும் இல்லாமல் நேர்மையாகப் பிழைக்கிறார். இரண்டு கண் இருந்தும் நாம் உடம்பை விற்றுப் பிழைக்க வேண்டியதாக இருக்கிறதே!. கவலைப் பட்டு என்ன செய்வது? எல்லாவற்றையும் விடக் காசு முக்கியமாக இருக்கிறதே! பார்வதி ‘இதோ வந்துடுறேன்’ என்று சொல்லிவிட்டு எங்கோ போனாள்.

நான் வெகு நேரமாக பூத்துக்குப் பக்கத்தில் நின்று கொண்டு இருந்தேன். கிருஷ்ணன் கூப்பிட்டார்.

'ஏங்க... ஏங்க... உங்க பேரென்ன?'

'கலைவாணிங்க.'

'ஆமா கலைவாணி! ஏன் நின்னுக்கிட்டே இருக்கீங்க? உக்காருங்க. சீட் இருக்கு பாருங்க.'

நான் பூத்துக்கு வெளியே ஸ்டூலைப் போட்டு உட்கார்ந்து கொண்டேன். பார்வதி போனவளை ஆளைக் காணவில்லை. அங்கே நான் உட்கார்ந் திருந்தபோது யாரும் என்னை சந்தேகப்படுவது மாதிரி பார்க்கவில்லை. அதுவே எனக்கு நிம்மதியாக இருந்தது. கொஞ்ச நேரத்தில் பார்வதி வந்தாள்.

'கலைவாணி! ஓல்டு எம்.எல்.ஏ. ஹாஸ்டல்ல ஒரு கஸ்டமர் கூப்பிடறாரு. போறியா?'

'சரிக்கா.'

என்னை அழைத்துக்கொண்டு கலைவாணர் அரங்கம் வழியாக எம்.எல்.ஏ. ஹாஸ்டலுக்குள் நுழைந்தாள் பார்வதி. அது ஒரு பலமாடி கட்டடம். நாங்கள் நாலாவது மாடியிலிருந்த ஓர் அறைக்குப் போனோம். உள்ளே இருந்தவருக்கு சுமார் அறுபது வயது இருக்கும். பட்டாபட்டி டிராயரும், காட்டன் துணியில் தைத்த பனியனும் போட்டிருந்தார்.

'வாங்க. வாங்க. பொண்ணூ புதுசா?'

'ஆமா. புதுசுதான்.'

'உக்காருங்க.'

நாங்கள் அங்கே இருந்த ஒரு ஷோபாவில் உட்கார்ந்தோம். அவர் தன் கூட இருந்த ஒருவரிடம் பணத்தைக் கொடுத்து எதையோ வாங்கிவரச் சொன்னார். அந்த ஆள் போனதும் பார்வதி எழுந்தாள்.

'நான் போயிட்டு வரேங்க. கலைவாணி இருப்பா.' அவளும் வெளியே போய்விட்டாள்.

இந்த வயதானவருடன் எப்படி என்று நான் யோசித்தபடி உட் கார்ந்திருந்தேன். இருவரும் கொஞ்சநேரம் பேசிக்கொண்டு இருந்தோம். அவரும் எல்லோரையும் போல அங்கே இங்கே தொட்டார். நேரம் போனது. புடவையை அவிழ்க்கச் சொன்னார். கட்டிப்பிடித்தபடிப் படுத்துக் கொண்டார். கொஞ்ச நேரம் கழித்து, காலை அமுக்கிவிடச் சொன்னார்.

கதவு தட்டுகிற சத்தம் கேட்டது. உடனே நான் போய் பாத்ரூமுக்குள் ஒளிந்துகொண்டேன். அவர்கள் இருவரும் பேசியதிலிருந்து கொஞ்ச நேரத்துக்கு முன்னால், பெரியவர் கடைக்கு அனுப்பின ஆள் அது என்று தெரிந்தது. அவர் வெளியே போனதும் பெரியவர் கதவைத் தாழ்ப்பாள் போட்டார். நான் பாத்ரூமுக்குள்ளே இருந்து வெளியே வந்தேன். கட்டிலுக்குப் பக்கத்தில் இருந்த டீ பாயில் பிராந்தியும் பிரியாணி பொட்டலமும் இருந்தன. பெரியவர் என்னைக் கூப்பிட்டார்.

ஒரு பிரியாணி பொட்டலத்தைக் கொடுத்துச் சாப்பிடச் சொன்னார். அவர் பிராந்தியை ஊற்றிக் குடித்தார். அரை நிர்வாணத்தோடு நான் சாப்பிடுவதைப் பார்த்துக்கொண்டே அவர் குடித்து முடித்தார். மீண்டும் கை, கால்களை அமுக்கிவிடச் சொன்னார். அவ்வளவுதான். கிளம்பும் போது, எனக்கு இருநூறு ரூபாய் கொடுத்தார்.

'இந்தப் பக்கமா வந்தா வா.' என்றார். நான் மாடியிலிருந்து கீழே இறங்கி நடந்தேன். அவருடன் பேசியதிலிருந்து அவர் ஒரு முன்னாள் எம்.எல்.ஏ. என்றும் மன்னார்குடிப் பகுதியைச் சேர்ந்தவரென்றும் தெரிந்தது.

திருவல்லிக்கேணியில் என்னைப் போல நிறைய பெண்கள் இருந் தார்கள். நான் தினமும் எஸ்.டி.டி. பூத்துக்குப் போக ஆரம்பித்தேன். கிருஷ்ணனுடன் பேசிக்கொண்டிருப்பேன். யாராவது கஸ்டமர் வந்தால் அவருடன் போவேன். திருவல்லிக்கேணிதான் கஸ்டமர்களை அடையாளம் கண்டுகொள்ளக் கற்றுக் கொடுத்தது. அதற்கு மிக முக்கிய காரணம் பார்வதிதான்.

எந்த கஸ்டமரும் நேரடியாக எங்களிடம் வரமாட்டார். கடையில் சிகரெட் வாங்குவார். சிகரெட்டைப் பற்ற வைப்பார். சாம்பல் தட்டுவதைப்போல விரலை அசைத்து எங்களை அழைப்பார். நாங்கள் கவனித்து விடுவோம். சாதாரணப் பெண்களுக்கு இது புரியாது. அவர்கள் எந்தச் சைகை கொடுத்தாலும் அப்படியே நிற்பார்கள்.

சிலர் கையை அசைப்பார்கள். இன்னும் சிலர் பணத்தை எடுத்து எண்ணி எண்ணி பாக்கெட்டில் வைப்பார்கள். இப்படித்தான் கஸ்டமர்களை அடையாளம் கண்டுகொள்வோம்.

ஒருநாள் கிருஷ்ணன் சாப்பிடப் போயிருந்தார். நான் பூத்துக்குள் உட்கார்ந்திருந்தேன். ஒருவர் வந்தார். அவருக்கு இருபத்தைந்து வயது இருக்கும். நீண்டநேரம் போனில் பேசிக் கொண்டே இருந்தார். போன் பேசி முடித்ததும் பில்லைக் கொடுத்தேன். அவர் அதை வாங்கிக் கொண்டு ரூபாய் கொடுத்தார். மீதி சில்லறையைக் கொடுக்கும்போது என் கையைப் பிடித்தார். எனக்காகத்தான் இவ்வளவு நேரம் அவர்

போனில் பேசியிருக்கார் என்று எனக்குப் புரிந்தது. நான் அவர் கையைப் பட்டென்று உதறினேன். அவர் முகம் சின்னதாக ஆகிவிட்டது.

கொஞ்ச நேரம் ரோட்டையே பார்த்தபடி நின்றார். பிறகு மறுபடியும் பேச்சுக் கொடுத்தார். அவர் பெயர் கண்ணனாம். சிவகங்கையிலிருந்து வந்திருக்கிறாராம். டிரான்ஸ்ஃபர் வாங்கித் தருவது, பாஸ்போர்ட் எடுத்துக் கொடுப்பது என்று நிறைய வேலை செய்கிறாராம். சொல்லி விட்டு அவர் போய்விட்டார். எனக்கென்னவோ கண்ணனை மிகவும் பிடித்துப் போய்விட்டது.

கண்ணன் தினமும் வருவார். பேச்சுக் கொடுப்பார். ஹோட்டலுக்குக் கூட்டிக்கொண்டு போவார். சுமார் ஒரு மாத காலத்தில் நாங்கள் நெருங்கிப் பழக ஆரம்பித்தோம்.

ஒரு நாள் கண்ணன் முகத்துக்கு நேராகவே கேட்டுவிட்டார்.

‘நீ இந்தத் தொழிலை விட்டுடு. நான் உன்னைக் கல்யாணம் பண்ணிக்கிறேன். உன் கொழந்தைய நாம ரெண்டுபேரும் சேந்து வளக்கலாம். அடுத்தவாரம் எனக்கு ஒரு செக் வருது. அதுலருந்து இருபதாயிரம் ரூபா பணத்தை எடுத்துத் தர்றேன். உன் கடனை அடைச்சுடு. நாம சந்தோஷமா இருக்கலாம். என்ன சொல்றே?’

8. மூன்றாவது தாலி!

'என்னைக் கல்யாணம் பண்ணிக்கிறியா?'

இது வழக்கமாக வாடிக்கையாளர்களில் பாதிப் பேர் கேட்கிற வாசகம். எல்லாமே அந்தப் பத்து நிமிட மயக்கத்துக்கு மட்டுமான பரிவால் வருவது. ஆனால், கண்ணன் யதார்த்தம் புரிந்து பேசுகிறார்.

நான் கண்ணனைப் பெருமையோடு பார்த்தேன். ஆனால், உடனே என்னால் பதில் சொல்ல முடியவில்லை. அன்றைக்கு மூலக்கடைக்குப் போகிற வரைக்கும் எனக்கு அவர் வார்த்தைகள் ஒலித்துக் கொண்டிருந்தன. அக்காவிடம் சொன்னேன்.

'என்ன பதில் சொல்றதுன்னு முடிவெடுத்துட்டியா?'

'இன்னும் இல்லக்கா.'

'சரி எதுவா இருந்தாலும் அத்தான்கிட்ட சொல்லாதே!'

அன்று இரவு என்னால் தூங்க முடியவில்லை. கண்ணனின் நினைவில் புரண்டு புரண்டு படுத்துக் கொண்டிருந்தேன். அத்தான் அதைத் தவறாக நினைத்துக்கொண்டார். என்னைப் படுக்க வரும்படி ஜாடை செய்தார். அக்காவும் அதைப் பார்த்துவிட்டாள். பாக்காதது போல திரும்பிப் படுத்துக்கொண்டாள். அன்றைக்கு அத்தானோடு படுத்திருந்தது கண்ணனோடு இருப்பது போல இருந்தது.

அடுத்த நாள் காலை ஒன்பது மணிக்கெல்லாம் திருவல்லிக்கேணிக்குப் போய்விட்டேன். கண்ணன் எனக்கு முன்பாகவே எஸ்.டி.டி. பூத்துக்குப் பக்கத்தில் நின்று கொண்டிருந்தார்.

'என்னா கலைவாணி! என்ன முடிவெடுத்தே?'

எனக்கு பதில் சொல்ல வெட்கமாக இருந்தது. ரொம்ப நாளைக்குப் பிறகு அன்றுதான் நான் வெட்கப்பட்டேன்.

‘நீங்க சொன்னதை யோசிச்சி பாத்தேன். சரின்னு பட்டது. அக்காகிட்டே சொன்னேன். நீங்க நல்லவரா இருந்தா சரின்னு சொல்லிட்டா.’

‘அப்புறம் என்ன? புறப்பட வேண்டியதுதான். போலாமா?’

‘இப்பயேவா? எங்க?’

‘நம்ம ஊருக்கு.’

நான் சரி என்று தலையசைத்தேன். கொஞ்ச நேரத்தில் ஒரு காரோடு வந்தார் கண்ணன். நான் காரில் ஏறி உட்கார்ந்தேன். வண்டலூர் அருகே ரோட்டோரத்தில் இருந்த கோயிலில் காலை நிறுத்தி, இறங்கி சாமி கும்பிட்டார் கண்ணன். பிறகு, கையில் மல்லிகைப் பூவோடு என் அருகே வந்தார். பூவை என்னிடம் கொடுத்து, ‘வச்சுக்கோ’ என்றார்.

ராஜு இறந்த பிறகு நான் பூ வைத்துக் கொள்வதை விட்டுவிட்டேன். எவ்வளவோ பேர் சொல்லியும் நான் பூ வைத்துக்கொண்டதில்லை. ஆனால், கண்ணன் ரொம்பவும் வற்புறுத்தினார். என்னால் மறுக்க முடியவில்லை. கண்ணனே எனக்கு பூ வைத்துவிட்டார். அந்த கணத்திலேயே நான் கண்ணனை மனப்பூர்வமாக ஏற்றுக்கொண்டு விட்டேன்.

நாங்கள் திருச்சி வந்து சேர்ந்தோம். பேருந்து நிலையத்துக்கு எதிரில் இருந்த லாட்ஜில் தங்கினோம். கண்ணன் தன் பையில் இருந்து இருபதாயிரம் ரூபாய் செக் ஒன்றை எடுத்து என்னிடம் கொடுத்தார். கூடவே ஆயிரம் ரூபாய் பணமும் கொடுத்தார்.

‘இப்போ இதை வச்சிக்கோ! இன்னும் ரெண்டு நாள்ல செக்கை மாத்தி பணமா தந்துடறேன். கடனை அடைச்சிடு. தனியா வீடு எடுத்து சென்னையிலேயே தங்கிக்கலாம். உன் புள்ளையும் நம்ம கூடவே இருக்கட்டும். நான் எங்க வீட்டுக்குப் போயி எல்லா விஷயத்தையும் சொல்லிட்டு வந்துடறேன். நாளைக்கி நமக்குக் கல்யாணம்.’ இப்படிச் சொல்லிவிட்டு வெளியே போய்விட்டார் கண்ணன்.

நான் அப்படியே உட்கார்ந்திருந்தேன். என் கழுத்திலும் தாலி ஏறப் போகிறது. நான் சராசரி குடும்பப் பெண்ணாக வாழப் போகிறேன். நினைத்துப் பார்க்கவே சந்தோஷமாக இருந்தது. மனிதாபிமானத்தோடு என் போன்ற ஒருத்தியையும் ஏற்றுக் கொள்ள கண்ணன் மாதிரியான மனிதர்கள் இருக்கிறார்கள். கடைசிவரை நன்றி மறக்காமல் கண்ண னோடு வாழ வேண்டும். அப்படியே செத்துப்போய்விட வேண்டும்.

சிறிது நேரம் கழித்து அறைக் கதவை யாரோ தட்டும் சத்தம் கேட்டது. நான் கதவைத் திறந்தேன். கருப்பாக, உயரமாக ஒருவர் வெளியில் நின்றுகொண்டிருந்தார். கண்ணனின் ஜாடை அவருக்கு இருந்தது.

‘யாரு வேணும்?’

‘இங்க கலைவாணிங்கறது...’

‘நான்தான். நீங்க யாரு?’

‘நான் கண்ணனோட தம்பி. அண்ணன் வீட்டுக்கு வந்தாரு. உங்களப் பத்தி அப்பா, அம்மாகிட்ட சொல்லிக்கிட்டு இருந்தாரு. என்கிட்ட நீங்க இங்க தங்கியிருக்கறதா சொன்னாரு. அதான் உங்களைப் பாத்துட்டு போலாம்னு வந்தேன்.’ அவர் பேசியதில் இருந்து அவர் கண்ணனின் தம்பிதான் என்பது தெரிந்தது.

‘உள்ள வாங்க.’

அவரைக் கட்டிலில் உட்காரச் சொல்லிட்டுக் கதவைப் பாதி திறந்து வைத்தேன். அவருக்கு எதிரே போய் நின்றேன். அவர் வச்ச கண்ணு வாங்காமல் கொஞ்ச நேரம் என்னையே உற்றுப் பார்த்துக் கொண்டிருந்தார்.

‘நாங்கல்லாம் எவ்வளவோ சொல்லியும் எங்க அண்ணன் கல்யாணம் பண்ணிக்க ஒத்துக்கவே இல்லீங்க. இப்ப திடீர்னு உங்களைக் கல்யாணம் பண்ணிக்க போறதா சொன்னதும் எங்க வீட்ல எல்லாருக்கும் சந்தோஷம். எங்க அண்ணன் என்னா வேலை செய்யறாரு, எங்க போறார்னு கூட நாங்க யாரும் கேட்டதில்ல. இனிமே நீங்கதான் எங்க அண்ணனைச் சரி பண்ணணும். அவரு இவ்வளவு நாள் காத்துக்கிட்டு இருந்தது உங்களுக்காகத்தான் போலருக்கு. எனக்கு உங்களை ரொம்பப் பிடிச்சிருக்கு. பாருங்களேன்! அண்ணன் சொன்னதும் உங்களைப் பாக்கணுங்கற ஆசையில ஓடி வந்துட்டேன். உங்களுக்கு எதுவுமே வாங்கிட்டு வரல. இருங்க. கீழே போய் ஏதாவது வாங்கிட்டு வந்துடறேன்.’

‘அதெல்லாம் ஒண்ணும் வேணாங்க’ நான் மறுத்துச் சொன்னாலும் அவர் கேட்கத் தயாராக இல்லை. கீழே போய்விட்டார். எனக்கு சந்தோஷத்தில் எம்பிக் குதிக்க வேண்டும் போல இருந்தது. பாத்ரூமுக்குப் போய் முகம் கழுவினேன். கண்ணாடி முன் வந்து நின்றேன். எனக்கே என் முகத்தைப் பார்க்க வெட்கமாக இருந்தது. புதுப்பெண் கல்யாணத்துக்குத் தயாராவதைப் போல மேக்கப் போட்டுக் கொண்டேன். கதவு தட்டும் சத்தம் கேட்டது. ஓடிப்போய்க் கதவைத் திறந்தேன். கண்ணனின் தம்பி. ஸ்வீட், மிக்சர், கூல் டிரிங்ஸ் என்று என்னென்னவோ வாங்கி வந்திருந்தார்.

‘இந்தாங்க அண்ணி பூ.’ மல்லிகைப் பூ. எப்படியும் பத்து முழம் இருக்கும். அவர் முன்பாகவே தலையில் வைத்துக் கொண்டேன்.

மேலும் கொஞ்ச நேரம் பேசிக் கொண்டிருந்துவிட்டு அவர் கிளம்பிட்டார். அவர் போனதும் இன்னும் கொஞ்ச நேரம் அவர் இருந்திருக்கக்கூடாதா என்று இருந்தது.

இது புது உறவு. ரொம்ப நாள்களாக சொந்தம், உறவு என்று யாருமே இல்லாமல், வெறுமையாக வாழ்ந்த எனக்குப் புது உறவு. இவர் மட்டுமில்லை. இனிமேல் கணவன், கொழுந்தன், மாமனார், மாமியார் என்று புதிதாக உறவுகள் முளைக்கப் போகின்றன. என்னால் சந்தோஷத்தைத் தாங்க முடியவில்லை. மனம் முழுக்கப் பூரித்துப் போய்க் கிடந்தேன். கண்ணன் வந்ததும் கட்டிப் பிடித்துக் கொண்டாட வேண்டும். ஒரு வேளை இதுவும் நிரந்தரமில்லாமல் போய்விடுமோ என்கிற கவலை ஒரு பக்கம் எட்டிப் பார்த்தது. சட்டென்று மனம் முழுக்க இனம் புரியாத பயம் சூழ்ந்துகொண்டது. யாரோ கதவைத் தட்டினார்கள். ஒரு வேளை கண்ணனாக இருக்குமோ?

நான் எழுந்து கதவைத் திறந்தேன். இருபத்தைந்து வயது மதிக்கத் தக்க ஓர் ஆள் நின்றுகொண்டு இருந்தார்.

'என்னங்க? யாரு வேணும்?'

'இல்ல. இங்க ஒருத்தர் தங்கியிருந்தாரு. அவர பாக்கணும். நீங்க யாரு?'

ஆளைப் பார்த்தலே நோட்டம் விட வந்தவன் போல இருந்தது. தனியாக ஒரு பெண், அதுவும் லாட்ஜில் இருந்தால் போதும். நாக்கைத் தொங்கப்போட்டுக்கொண்டு வந்துவிடுகிறார்கள்.

'நீங்க தேடற மாதிரி யாரும் இங்க இல்ல.' சொல்லிட்டுக் கோபமாகக் கதவை அறைந்து சாத்திவிட்டு உள்ளே வந்துவிட்டேன். மறுபடியும் கதவைத் தட்டுகிற சத்தம். மறுபடியும் அவன்தானோ? எனக்குக் கோபம் வந்தது. நன்றாகத் திட்டி அந்த ராஸ்கலை விரட்ட வேண்டும். கதவைத் திறந்தேன். கண்ணன் நின்றுகொண்டிருந்தார். கண்ணன் ஆச்சரியமாக என்னைப் பார்த்தார்.

'என்ன கலைவாணி! பூ எல்லாம் வச்சிருக்கே?'

'உங்க தம்பி வந்திருந்தாரு. அவருதான் பூ வாங்கிக் குடுத்தாரு.'

'அதுக்குள்ள இங்க வந்துட்டானா? அப்பா, அம்மாகிட்ட விஷயத்தைச் சொல்லிட்டேன். நாளைக்கு காலையில நமக்குக் கல்யாணம். குன்னக்குடி முருகன் கோயில்ல. இந்தா! உனக்கு ஒரு செயின் வாங்கிட்டு வந்தேன்.'

ஒரு தங்க செயினை என்னிடம் நீட்டினார்.

'நீங்களே போட்டு விடுங்க.'

அவரே போட்டுவிட்டார். அந்த செயினைப் பார்க்க எனக்குத் தாலி மாதிரியே இருந்தது. கூடவே ஒரு தங்கத் தாலியை என்னிடம் கொடுத்தார். பிறகு, பைக்குள் கையைவிட்டு மூன்று பீர் பாட்டில்களை எடுத்து டீப்பாய் மேல் வைத்தார்.

'இந்தா கலைவாணி! உனக்கும் எனக்கும் நாளைக்கு கட்டிக்கறதுக்கு புதுத்துணி. இதை வச்சுட்டு, இந்த நைட்டிய மாத்திக்கோ!' அவர் கொடுத்த பார்சலை வாங்கிக் கொண்டேன். எனக்கு எல்லாமே சரி என்று பட்டது. அந்த பீர் பாட்டில்களைத் தவிர. ஒருவேளை இவரும் மற்றவர்களைப் போல என்னை அனுபவித்துவிட்டுக் கழற்றி விட்டு விடுவாரோ? நினைக்கவே கலக்கமாக இருந்தது. சே! சே! வீணாக பயப்படுகிறோம். நான் அவர் எதிரிலேயே புடவையைக் கழற்றிவிட்டு நைட்டியைப் போட்டுக்கொண்டேன்.

'உக்காரு கலைவாணி, ஏன் நிக்கற?' என்றார். நான் பக்கத்தில் உட்கார்ந்தேன். ஒரு பாட்டிலைக் குடித்து முடித்துவிட்டு, இன்னொரு பாட்டிலைத் திறந்தார்.

'இந்தா கலைவாணி! கொஞ்சம் பீர் குடி!'

அவர் அப்படிச் சொன்னதும் நான் ஆடிப் போனேன். ஒரு பெண்ணை, அதுவும் திருமணம் செய்துகொள்ளப் போகிற ஒருத்தியைக் குடிக்கச் சொல்கிறாரே! ஒருவேளை போதையில் என்னைப் பரிசோதிக்கிறாரோ! இதற்கு முன்பு நான் குடித்ததுஇல்லை. சிங்கப்பூரில் இருந்தபோதுகூட அந்தப் பழக்கத்தை நான் அண்டவிட்டது இல்லை. எனக்கு ஒன்றும் புரியவில்லை. தெரியாமல் வந்து இங்கே மாட்டிக்கொண்டோமோ என்கிற பயம் வேறு வந்துவிட்டது.

நான் எவ்வளவோ மறுத்தும் அவர் விடவில்லை. கட்டாயப்படுத்திக் குடிக்க வைத்தார். குடித்த பிறகு, எனக்கு ஒன்றும் தெரியவில்லை. வாங்கி வந்த டிபனை சாப்பிட்டோம். படுத்தோம். போதை மயக்கத்தில் உறவு கொண்டோம்.

காலையில் ரெண்டுபேருமே, ஒருவர் முகத்தை ஒருவர் பார்க்க வெட்கப்பட்டோம். நான் குளித்துவிட்டு அவர் வாங்கி வந்த புதுத்துணியைப் போட்டுக்கொண்டு தயாரானேன். குன்னக்குடி முருகன்கோயிலில் கண்ணன் என் கழுத்தில் தாலி கட்டினார். எனக்கு இது மூன்றாவது தாலி.

சென்னை வியாசர்பாடியில் தனியாக ஒரு வீட்டை வாடகைக்கு எடுத்துத் தங்க வைத்தார் கண்ணன். அருகில் இருந்த ஒரு பள்ளியி லேயே என் இரண்டாவது பையனைச் சேர்த்தோம். பகல் நேரத்தில் தான் வீட்டுக்கு வருவார் கண்ணன். தனியாக வீடு பிடித்துவிட்டாலும்

அவர் திருவல்லிக்கேணியில் இருந்த லாட்ஜில்தான் தங்கியிருந்தார். வேலை விஷயமாக அவரைப் பார்க்க வருகிறவர்களுக்கு திருவல்லிக் கேணி அறைதான் வசதி என்று சொல்லிவிட்டார். அவ்வப்போது ஏதாவது செக்கைக் கொண்டு வந்து கொடுப்பார். பிறகு, திரும்ப வாங்கிக் கொள்வார்.சிங்கப்பூர் போக நான் வாங்கியிருந்த கடனில் ஒரு பகுதியை அவர் உதவியோடு அடைத்துவிட்டேன்.

அவர் வீட்டில் தங்கவில்லை என்கிற குறையைத் தவிர, வாழ்க்கை நன்றாகத்தான் போய்க் கொண்டிருந்தது. கிட்டத்தட்ட நான் ஒரு சராசரி குடும்பப் பெண்ணாக மாறத் தொடங்கியிருந்த காலம் அது. ஆனால், அதுவும் நிலைக்கவில்லை.

இரண்டு மாதமாக வீட்டுக்கு வந்து போய்க்கொண்டிருந்த கண்ணன் திடீரென்று சில நாள்களாக வரவில்லை. கிட்டத்தட்ட ஒரு மாதகாலமாக அவரை ஆளையே காணவில்லை. அவரை தொடர்பு கொள்ளலாம் என்றால் தொலைபேசி இல்லை. அவருடைய நண்பர்கள் என்று யாரையும் எனக்குத் தெரியாது. திருவல்லிக் கேணிக்குப் போய் அவரைத் தேடவும் எனக்குத் தயக்கமாக இருந்தது. அங்கே பழைய கஸ்டமர் யாருடைய கண்ணிலாவது பட்டு, என் வாழ்க்கை பழையபடி ஆகிவிடப் போகிறதே என்கிற பயம். ஆனால், ஒரு கட்டத்தில் என்னால் தாக்கு பிடிக்க முடியவில்லை. பையனுக்கு ஸ்கூல் ஃபீஸ் கட்டவேண்டும். வீட்டு வாடகை கொடுக்க வேண்டும். அக்காவிடம் உதவி கேட்கலாம்தான். ஆனால் அத்தானை நினைத்தால் பயமாக இருந்தது. என்ன பேச்சுப் பேசுவாரோ? என்னவெல்லாம் செய்வாரோ?

இப்படி யோசனையோடு நான் வாசலில் நின்றிருந்தபோதுதான் யாரோ பக்கத்து வீட்டில் கண்ணன் பெயரைச் சொல்லிக் கேட்டுக்கொண்டிருந் தார்கள். திரும்பிப் பார்த்தேன். இரண்டு போலீஸ்காரர்கள் நின்று கொண்டிருந்தார்கள்.

'என்ன வேணும் சார்? சொல்லுங்க! இதுதான் கண்ணன் வீடு' என்றேன் நான்.

'கண்ணன் எங்க இருக்கான்?' என்று கேட்டார் ஒரு போலீஸ்காரர்.

'தெரியல சார். ஒரு மாசமா அவர் வீட்டுக்கே வரலை. எங்க இருக்கார்னு எனக்குத் தெரியாது.'

'அவரு உனக்கு என்னம்மா வேணும்?' என்றார் ஒரு போலீஸ்காரர்.

'நான் அவரு பொண்டாட்டிங்க சார்.'

'தோ பாரும்மா! அவன் ஒரு ஃபிராடு. வேலை வாங்கித் தரேன். டிரான்ஸ்பர் வாங்கித் தரேன்னு நெறைய பேரை ஏமாத்தியிருக்கான். அவன் மேல ஏகப்பட்ட புகார். பண மோசடி வேற செஞ்சிருக்கான். வந்தா உடனே போலீஸுக்குத் தகவல் குடுத்துடு. என்ன?' கிட்டத்தட்ட மிரட்டிவிட்டுப் போனார்கள் போலீஸ்காரர்கள். எனக்கு 'கிறுகிறு' வென்று வந்தது. அப்படியே தரையில் உட்கார்ந்துவிட்டேன். இந்தப் பாழாய்ப் போன விதி என்னை இப்படி அடித்துத் துரத்துகிறதே! இன்னும் எத்தனை நாளைக்கு இப்படி ஓடிக்கொண்டே இருப்பது? எனக்குப் புரியவில்லை. என்னை எள்ளி நகையாடுகிற இந்த ஊர் வாய்க்கு என்ன பதில் சொல்வது?

எனக்கு அந்தச் சமயத்தில் அக்கா வீட்டைத் தவிர வேறு அடைக்கலம் இருக்கவில்லை. நடந்ததை எல்லாம் அக்காவிடம் சொன்னேன். ஏற்கனவே புற்று நோயால் அவள் அவதிப்பட்டுக் கொண்டிருந்தாள். என் நிலைமையை எண்ணி இன்னும் கொஞ்சம் சுருங்கிப் போனாள். வாழ்க்கையில் விழுந்த பேரிடி ஒரு பக்கம் என்றால், இனிமேல் அத்தானைச் சமாளிக்க வேண்டுமே என்கிற பயம் இன்னொரு பக்கம் என்னை அரித்துக்கொண்டிருந்தது.

நான் அக்கா வீட்டுக்கு வந்து ஒரு மாதம் ஆகியிருந்தது. சிங்கப்பூர் போக வாங்கிய கடன் இன்னும் கொஞ்சம் பாக்கி இருந்தது. அக்கா வீட்டில் இருந்தாலும், செலவுக்குப் பணம் தேவைப்பட்டது. எல்லா வற்றுக்கும் அத்தானை நம்பியிருக்க முடியுமா? சும்மா இருந்தால் எப்படி பணம் வரும்? சினிமா தொழிலிலும் முன்பைப் போல வேலை அவ்வளவு சுலபமாகக் கிடைக்கவில்லை. புதிதாக வருகிற துணை நடிகைகளின் எண்ணிக்கை அதிகமாகிக் கொண்டே போனது. அந்தச் சமயத்தில் பார்வதிதான் நினைவுக்கு வந்தாள். அவள் எங்கே இருக்கிறாளோ?

அடுத்த நாள் பார்வதியைத் தேடி திருவல்லிக்கேணி போனேன். அது காலை பதினோரு மணி. எஸ். டி. டி. பூத்தில் கிருஷ்ணன் உட்கார்ந்திருந்தார்.

'கிருஷ்ணன்...' என்று கூப்பிட்டேன்.

'யாரு கலைவாணியா? எங்க ரொம்ப நாளா ஆளைக் காணோம்? எப்படி இருக்கீங்க?' என்றார்.

'நல்லா இருக்கேன். பார்வதி அக்கா வருவாங்களா?'

'வருவாங்க. நேத்தி கூட உங்களைப் பத்திதான் பேசிக்கிட்டிருந்தோம். உங்க வீடு அவங்களுக்கு தெரியாதாம். தெரிஞ்சாலாவது போயி பாக்கலாம்னு சொல்லிக்கிட்டு இருந்தாங்க.'

கிருஷ்ணனிடம் பேசிக்கொண்டு இருந்தபோதே பார்வதியும் கூட இன்னொரு பெண்ணும் ரோட்டைக் கடந்து பூத்துக்கு வந்துகொண்டு இருந்தார்கள். என்னைப் பார்த்ததும் பார்வதி ஓடி வந்து கட்டிப் பிடித்துக் கொண்டாள்.

'கலை! எங்க போனே இத்தனை நாளா? போலீஸ்ல எதும் மாட்டி கிட்டியா? உன்னைப் பாத்து ரெண்டு மாசத்துக்கு மேல இருக்கும்ல? உடம்பு வேற எளைச்சிடுச்சி. உடம்பு சரியில்லியா?' என்று கேள்வி மழை பொழிந்தாள் பார்வதி. நான் நடந்த எல்லாவற்றையும் பார்வதியிடம் சொன்னேன். கலங்கிப்போய்விட்டாள்.

'ஏன் கலைவாணி! யாரு, என்னன்னே தெரியாத ஒருத்தன்கூடப் போயிருக்கியே! ஏதோ நீ செஞ்ச புண்ணியம். உன்னை உயிரோட விட்டுட்டான். இவனுங்கல்லாம் நல்லா பேசுவானுங்க. இவனுங்கள நம்பிப் போனா இப்பிடித்தான். சரி. சாப்டியா? வா! ஹோட்டல்ல எதாவது சாப்பிடுவோம்.' பார்வதி என்னை ஹோட்டலுக்கு அழைத்துக் கொண்டு போனாள். கூடவே அந்தப் பெண்ணும் வந்தாள். அவள், அழகாக இருந்தாள். சிவப்பு நிறம். சுடிதார் போட்டிருந்தாள்.

'இவங்க யாருன்னு சொல்லலியே?'

'இவ பேரு ரோசி. எவனோ காதலிச்சி கல்யாணம் பண்ணிக்கறேன்னு சொல்லி மெட்ராசுக்கு கூட்டிக்கிட்டு வந்து திருவல்லிக்கேணில தங்க வச்சிருக்கான். சொந்த ஊரு மதுரை. தெரிஞ்ச பையன்தான். சரியா ஒரு வாரம். அவன் வேலை முடிஞ்சதும் வுட்டுட்டு ஓடிட்டான். வீட்டுக்குப் போகவும் முடியாது. அப்பாவும் அண்ணனும் கொன்னே போட்டுரு வாங்க. இங்க அங்கன்னு அலைஞ்சிருக்கு ரோசி. கடைசியில இங்கே லாட்ஜுல ஒருத்தன் கூட இருந்திருக்கு. ஒருநாள் நான் ஒரு கஸ்டமர் கூப்பிட்டார்னு அந்த லாட்ஜுக்கு போயிருந்தேன். அங்கதான் ரோசியப் பாத்தேன். என்னையே பரிதாபமா பாத்துக்கிட்டே நின்னுகிட்டிருந்தா.'

'கஸ்டமர்கிட்ட யாரு இந்த பொண்ணுன்னு கேட்டேன். அவருதான் இந்த பொண்ணைப் பத்தி சொன்னாரு. இவகூட தங்கியிருந்தவனும் சரியில்லாத ஆளுதானாம். சரின்னு நானே கூட்டிக்கிட்டு வந்துட்டேன். எங்ககூடதான் வீட்டுல தங்கி இருக்கா. எனக்கும் வயசாயிடுச்சி. கஸ்டமரை சரியா கவனிக்க முடியல. கஸ்டமரை பாத்து இவளை பிக்கப் பண்ணி விட்டா அம்பது, நூறு கெடைக்கும். என்னா பண்றது? வயசு இருக்கற வரைக்கும்தான் நமக்கெல்லாம் மரியாதை.' புலம்பித் தள்ளினாள் பார்வதி.

நாங்கள் ஹோட்டலுக்குள் போய் சாப்பிட்டோம். சாப்பிட்டு முடித்துவிட்டு பூத்துக்கு வந்து நின்றோம். ரொம்பநாள் நான் அங்கே

வராததால் புதுசு என்று நினைத்துவிட்டார்கள். அன்றைக்கு எனக்குக் கொஞ்சம் அதிகமான கஸ்டமர்கள்தான். அன்று மாலை வீட்டுக்குத் திரும்பும்போது கணிசமாகக் கையில் காசு இருந்தது. கண்ணனோடு இருந்த நாள்களுக்கு பிறகு இன்றைக்குத்தான் கையில் கொஞ்சம் காசைப் பார்க்கிறேன்.

அடுத்த நாளும் திருவல்லிக்கேணி போனேன். பூத்திலிருந்து கொஞ்சம் தள்ளி, பார்வதி யாரோ ஒருத்தருடன் ரொம்ப அந்நியோன்யமாக சிரித்துப் பேசிக்கொண்டிருந்தாள். பிறகு, பூத்துக்கு அருகே வந்தாள். அவர் கருப்பாக, உயரமா, திடகாத்திரமாக இருந்தார். காலில் போலீஸ் ஷூ. தலைமுடிகூட போலீஸ்காரர்கள் வெட்டுவதைப் போலத்தான் வெட்டியிருந்தது. அவர்கள் அருகே வந்தார்கள். நான் எதுவும் தெரியாத மாதிரி வேறு எங்கோ பார்த்தபடி நின்றுகொண்டிருந்தேன். அவர்கள் ரொம்ப நேரம் பேசினார்கள். கொஞ்ச நேரத்தில் இன்னும் இரண்டுபேர் வந்தார்கள். அவர்களைப் பார்த்தாலும் போலீஸ்காரர்கள் போலத்தான் இருந்தது. அவர்களில் ஒருவர் ரோசியுடன் பேசிக் கொன்டிருந்தார். இன்னொருவர் என்னையே பார்த்துக்கொண்டு இருந்தார். நான் வேறு பக்கம் முகத்தைத் திருப்பிக் கொண்டேன். ஆனாலும் அவர் என்னைப் பார்ப்பதை என்னால் உணர முடிந்தது. பார்வதி அவரை அழைத்துக்கொண்டு என் அருகே வந்தாள்.

'சார்! இவ பேரு கலைவாணி. என் ஃபிரெண்டு. கலைவாணி! சார் கண்ணகி சிலை எதிர்ல இருக்குற கமிஷனர் ஆபிஸ்ல வேலை பாக்குறாரு. இவங்களும் போலீஸ்தான். டியூட்டி முடிஞ்சதும், நம்மகூட சும்மா பீச்சுல உக்காந்து பேசிக்கிட்டிருப்பாங்க. நாங்க பழகி ஒரு மாசமாவுது. ஆனா சாருக்குத்தான் ஒரு ஆள்கூட செட்டாவல. வந்த நாள்லேயிருந்து நானும் பாக்குறேன். இவரு இதுவரைக்கும் ஒரு பொண்ணக்கூட இப்பிடி பாத்தது கிடையாது. என்னமோ உன்னத்தான் இப்பிடி பாக்குறாரு. என்ன சார்! கலைவாணிய புடிச்சிருக்கா?'

அவர் என்னமோ பெண் பார்க்க வந்தவரைப் போல் வெட்கப் பட்டுக்கொண்டு நின்றிருந்தார்.

பார்வதி என்னைத் தனியாக அழைத்துக்கொண்டு போனாள்.

'இங்க பார் கலை! இவங்களும் கஸ்டமர்தான். நாமளும் போலீஸுன்னு பயப்படத் தேவையில்ல. இவங்க சும்மா டைம்பாசுக்குதான் நம்மளோட பழகறாங்க. சின்ன வயசுப் பசங்க. இவங்களுக்கும் கூட இருக்க ஒரு பொம்பள தேவைதானே! எல்லாரும் வெளியூர்காரங்க. நம்மளை சினிமா,ஹோட்டல்னு கூட்டிட்டு போவாங்க. செலவுக்குப் பணம் குடுப்பாங்க. நம்மளை போலீஸ் புடிச்சிகிட்டுப் போனாக்கூட இவங்களால உதவி கிடைக்கும். இவங்களை நாம என்ன கல்யாணமா

பண்ணிக்கப் போறோம்? புரிஞ்சுதா? கொஞ்சம் அனுசரணையா நடந்துக்கோ! வா!'

நான் வர சம்மதித்ததும் அந்த ஆளுக்குச் சந்தோஷம் தாங்கவில்லை. எல்லோரும் பீச்சுக்குப் போனோம். எனக்கு அவர்தான் ஜோடி. கடற்கரையில் ஒன்றாக உட்கார்ந்தோம். இருவரும் ரொம்ப நேரம் எதுவும் பேசிக்கொள்ளவில்லை. சிறிது நேரத்தில் பூ விற்றுக்கொண்டு ஒரு சிறு பெண் வந்தாள்.

'அண்ணா! ரெண்டு முழம் பூ வாங்கி அக்காவுக்கு குடுண்ணா' என்றாள். உடனே அவர் பையிலிருந்து பணத்தை எடுத்து பூ வாங்கினார். பூவை என்னிடம் கொடுத்து வைத்துக் கொள்ளச் சொன்னார். அப்போதுதான் இருவரும் முகத்தை நேருக்கு நேராகப் பார்த்துக் கொண்டோம். அவர் மெதுவாகப் பேச ஆரம்பித்தார். அவர் பெயர் கிருஷ்ணமூர்த்தி. ஊர் ஈரோடு.

எனக்கு அவரை மிகவும் பிடித்துப் போனது. இன்னொரு பக்கம் இப்படி இன்னும் எத்தனைபேர் என்கிற கேள்வியும் எழுந்தது. ராஜு, கண்ணன் போல இந்த ஆளும் இருப்பாரோ? அவர் என்னைப் பற்றிக் கேட்டார். ஒன்றுவிடாமல் நான் எல்லாவற்றையும் சொன்னேன். ரொம்பப் பரிதாபப்பட்டார். இப்படியே தினமும் கிருஷ்ணமூர்த்தி நேரம் கிடைக்கும் போதெல்லாம் என்னுடன் இருந்தார். ஹோட்டல், சினிமா, பீச்சு என்று சுற்றித் திரிந்தோம். அவ்வப்போது பணம் கொடுப்பார். ஒரு நாள், 'கோவளம் போலாமா?' என்று கேட்டார். சரி என்று சொல்லிவிட்டேன். இது ஒன்றும் எனக்குப் புதிதில்லையே?

இயந்திரம் போலப் பணத்தைக் கொடுத்துவிட்டு, வேலையை முடித்துக் கொண்டு போகிறவர்கள் மத்தியில் கிருஷ்ணமூர்த்தி கொஞ்சம் வித்தியாசமான ஆள்தான். கூடவே அன்பை அள்ளித் தருகிற நல்ல மனிதர். கோவளம் எனக்குப் புது இடம். பஸ்ஸில்தான் போனோம். கிருஷ்ணமூர்த்தி என்னை ஒரு வீட்டுக்குக் கூட்டிக் கொண்டு போனார். அந்த வீட்டு ஓனர் ஒரு முஸ்லீம். அவரிடம் ஆயிரம் ரூபாய் பணம் கொடுத்தார் கிருஷ்ணமூர்த்தி.

அது நல்ல வசதியான வீடு. எங்களைப் போன்ற ஜோடிகள் தங்குவதற்கு ஏற்றதாக இருந்தது. படுக்கையறைக்கு உள்ளேயே பாத்ரூம். வந்த களைப்பில் இரண்டுபேரும் குளித்தோம். அன்று இரவு முழுக்க கோவளத்தில் தங்கியிருந்தோம்.

கிருஷ்ணமூர்த்திக்கு என்னை மிகவும் பிடித்துப் போய்விட்டது என்பது வெளிப்படையாகவே தெரிந்தது. எனக்கு மட்டும் இது எத்தனை நாளைக்கோ என்று இருந்தது. நான் ஓர் அதிர்ஷ்டக்கட்டை. எதுவுமே

நிலைக்காது. வாழ்நாள் முழுக்க சந்தோஷமாக இருப்பது சாத்தியமே இல்லாத ஒரு பிறவி நான். இது என் அடி மனத்தில் அப்படியே தங்கிப் போயிருந்தது. நான் நினைத்த மாதிரியே கிருஷ்ணமூர்த்தியின் உறவு கொஞ்ச நாள்களுக்குத்தான் நீடித்தது. கிருஷ்ணமூர்த்தி வேறு ஊருக்கு டிரான்ஸ்ஃபரில் போய்விட்டார்.

அறந்தாங்கிக்குப் பக்கத்தில் மணல்மேல்குடி என்ற ஊர் அது. ஒருமுறை நான் கிருஷ்ணமூர்த்தியைப் பார்ப்பதற்காக அங்கே போயிருந்தேன். சென்னையில் பழகியபோது இருந்த அன்பு கொஞ்சம்கூட அவரிடம் குறையாமல் இருந்தது. செலவுக்குப் பணம் கொடுத்தார். போகும் போது அவர் சொன்ன வார்த்தைதான் என்னைக் குலைத்துப் போட்டது.

'நான் சென்னைக்கு வர்றேன். நீ அடிக்கடி இங்க வராதே.'

எல்லா ஆண்களும் தங்கள் வேலை முடிந்ததும் சொல்கிற அதே வாசகம். அதற்குப் பிறகு நான் கிருஷ்ணமூர்த்தியைப் பார்க்கவே இல்லை.

திருவல்லிக்கேணி எனக்கு அலுத்துப்போனது. அந்த நேரத்தில் குடிப் பழக்கம் என்னைக் கெட்டியாகப் பிடித்திருந்தது. தினமும் குடிக்காமல் இருக்க முடியாது என்கிற நிலை. எங்களை மாதிரி பெண்களுக்கு அது ஒரு மருந்து. குடித்தால்தான், இந்தத் தொழிலில் அசிங்கம் பார்க்காமல் காசு வாங்க முடியும். மீண்டும் வடபழனிக்கே போய்விடலாமென்று பார்வதி சொன்னாள். எனக்கும் அது சரியென்று பட்டது. அங்கே போனால் சினிமா கம்பெனிகளில் சான்ஸ் கேட்கலாம். நடிக்க வாய்ப்புக் கிடைக்கவில்லை என்றாலும் ஏதாவது கஸ்டமர்கள் கிடைப் பார்கள். இன்னொரு பிரச்னை, இந்தத் தொழிலில் தினமும் பார்க்கும் முகத்தை கஸ்டமர்கள் விரும்ப மாட்டார்கள். அதனாலேயே நாங்கள் இடத்தை மாற்றினோம்.

எங்களுக்கு வயிறு இருக்குறது. பிள்ளைகள் இருக்கிறார்கள். வேறென்ன செய்வது? வடபழனியில் இருக்கும் ஒரு திருமண தகவல் மையத்தில் ஒரு ஜாதகத்தைப் பதிவு செய்யவேண்டும் என்று பார்வதி கூப்பிட்டாள். நானும் போயிருந்தேன். நூறடி ரோடுக்குப் பக்கத்தில், போலீஸ் ஸ்டேஷனுக்குப் பின்னால் இருக்கும் ஒரு சந்தில் மாடியில் இருந்தது அந்த மையம். ஜாதகத்தைப் பதிவு பண்ண உள்ளே போயிருந் தாள் பார்வதி. நான் வெளியில் இருந்த பெஞ்சில் உட்கார்ந்திருந்தேன். அந்த ஆள் என் அருகில் வந்தார். சுமார் முப்பது வயதிருக்கும். நல்ல அழகான முகம். நல்ல உடல்கட்டு.

'நீங்களும் ஜாதகம் பதியத்தான் வந்திருக்கீங்களா?' என்று கேட்டார் அவர்.

‘உங்களுக்கு என்ன வேணும்?’ நான் அவர் முகத்தை நேருக்கு நேராகப் பார்த்து கேட்டேன்.

‘உங்களைப் பாத்தா கணவனை இழந்தவங்க மாதிரி இருக்கீங்க. ஒரு வேளை என்னை மாதிரி ஆள் யாராவது தேடி இங்க வந்திருப்பீங் களோன்னு நினைச்சிட்டேன்.’ அந்த ஆளும் விஷயத்தைப் போட்டு உடைத்துவிட்டார்.

அவரைப் பார்த்தால் நல்ல கஸ்டமர் என்று தோன்றியது. உள்ளே போய் பார்வதியிடம் சொன்னேன். ‘சரி போயிட்டு வா!’ என்றாள். அவர் கார் வைத்திருந்தார். அவரே காரை ஓட்டினார். என்னை வேளச்சேரிக்கு அழைத்துப் போனார்.

அது ஒரு ரெண்டு மாடி வீடு. கீழ் வீட்டில் குடியிருந்தார் அந்த ஆள். எனக்கென்னவோ கொஞ்சம் பயமாகத்தான் இருந்தது. நானும் நிறைய கஸ்டமர்களுடன் வீட்டில் அவர்களின் மனைவி இல்லாதபோது போயிருக்கிறேன். இவன் எப்படியோ? எவ்வளவு பணம் என்றுகூடப் பேசவில்லை. உள்ளே போனதும் முதல் காரியமாக ரேட்டை பேசிவிட வேண்டும். இல்லைஎன்றால் வேலை முடிந்ததும் கம்பி நீட்டிவிடு வார்கள். வீட்டுக்குள் நுழைந்தேன்.

‘உட்காருங்க’ என்று என்னை உட்காரச் சொல்லிவிட்டு டி.வி. போட்டார். ரிமோட்டை எடுத்து வந்து என்னிடம் கொடுத்துவிட்டுக் கதவைச் சாத்தினார். சரி ரேட்டைப் பேசலாம் என்று திரும்பினேன். அவரே கத்தையாகப் பணத்தை எடுத்துக் கொடுத்தார். எப்படியும் ஆயிரம் ரூபாய்க்கு மேல் இருக்கும். அதை வாங்கி பேக்குக்குள் வைத்துக் கொண்டேன். அவர் என்னை ஒரு அறைக்குள் அழைத்துப் போனார். உள்ளே எனக்கு அதிர்ச்சி காத்திருந்தது. எட்டு மாத கர்பிணிப் பெண் ஒருத்தி நின்றுகொண்டிருந்தாள்.

‘யாருங்க இவங்க?’

‘என் ஒயிஃப். மாசமா இருக்கா. அதான் படுக்க முடியல. அதுக்குதான் உங்களை...’ என்று இழுத்தார். நானும் எத்தனையோ ஆண்களைப் பார்த்திருக்கிறேன். இது எனக்குப் புது அனுபவம். இந்தத் தொழிலுக்கு வந்தபிறகு கஸ்டமர்களிடம் நான் கூச்சப்பட்ட சம்பவங்களை விரல்விட்டு எண்ணிவிடலாம். ஆனால் இது வேறு. கூட ஒரு பெண். அதுவும் அவன் மனைவி. அவள் இருக்கும்போது, அவள் முன்னிலையில் எப்படி? ச்சே! எனக்கு அலுப்பாக இருந்தது. ஆனால் எனக்கு வேறு வழியில்லை. கை நீட்டிக் காசு வாங்கிவிட்டேன்.

‘ஏங்க! எனக்கு ஒரு குவார்ட்டர் வேணும்.’

அந்த ஆள் தயாராக வாங்கி வைத்திருப்பான் போல. ஒரு அலமாரியைத் திறந்து பட்டென்று எடுத்துக் கொடுத்தான். நான் 'கடகட'வென்று குடித்து முடித்துவிட்டுப் படுக்கையில் படுத்தேன். அந்தப் பெண்ணும் கூடப் படுத்துக்கொண்டாள். எனக்கு போதை தெளிந்துவிட்டது. தர்மசங்கடத்துடன் அந்த ஆளுடன் அன்று முழுக்க இருந்தேன். விடிந்ததும் யாரிடமும் சொல்லாமல் கிளம்பிவிட்டேன். கொஞ்ச நாள் கழித்து அவன் ஒரு கார் திருடன் என்பது தெரிந்தது. போலீஸ்காரர்கள் பிடித்துக்கொண்டு போகும்போது பார்வதி பார்த்து விசாரித்திருக்கிறாள். நல்ல வேளை, கண்ணனுக்குப் பிறகு இன்னொரு ஏமாற்றுக்காரனிடம் மாட்டாமல் தப்பித்தோம் என்று நினைத்துக் கொண்டேன். ஆனாலும், தினம் ஒருத்தனுக்கு பெண்டாட்டியாக நான் வாழ்ந்தாலும் அத்தானுக்கு மட்டும் நிரந்தரப் பெண்டாட்டியாக வாழ்ந்துகொண்டிருந்தேன்.

9. போலீஸ் ரெய்டும் பிடிபட்ட அழகிகளும்

நான் கொஞ்சம் கொஞ்சமாகப் பழசாகிக் கொண்டிருந்தேன். பழைய கஸ்டமர்கள் விலகிப் போனார்கள். புதிய கஸ்டமர்களைத் தேடிப் பிடிக்கவேண்டியிருந்தது. என்னைப் போலவேதான் பார்வதியும். சில நாள்களில் ஒரு கஸ்டமர்கூட கிடைக்க மாட்டார்கள்.

ஒரு நாள் பார்வதி சொன்னாள்: 'வடபழனில இருக்குற நிர்மலா வீடுமாதிரியே வளசரவாக்கத்துல ஒரு வீடு இருக்கு. அங்க வேற மாநிலத்து ஆளுங்கல்லாம் வருவாங்களாம். போலாமா?'

சுத்தமாக வருமானம் இல்லை. குடிக்க வேறு பழகியிருந்தேன். அந்தச் சமயத்தில் பணத்துக்காக எதையும் செய்கிற நிலையில் இருந்தேன் நான். 'சரி போலாங்க்கா' என்றேன்.

நான், பார்வதி, ரோசி மூன்று பேரும் வளசரவாக்கம் போனோம்.

அந்த வீட்டைப் பார்த்தால் 'தொழில்' நடக்கிற வீடு மாதிரியே தெரியவில்லை. ஏதோ சினிமாவில் காட்டுகிற பங்களா மாதிரி பிரம்மாண்டமாக இருந்தது. ஒருநாள் முழுக்க இங்கே இருந்தால் எங்கள் ஒவ்வொருவருக்கும் ஆயிரத்து ஐநூறு ரூபாய் தருவதாகச் சொன்னார்கள். இங்கே வருபவர்களில் பெரும்பாலானவர்கள் வெளிமாநில கஸ்டமர்கள். எனவே பயமில்லை. நாங்கள் ஒப்புக் கொண்டு, ஆளுக்கு ஓர் அறைக்குள் நுழைந்தோம்.

நாங்கள் உள்ளே போய் கொஞ்ச நேரம்தான் ஆகியிருக்கும். வெளியே 'தடதட'வென்று ஆட்கள் ஓடுகிற சத்தம். நான் அறைக் கதவைத் திறந்து எட்டிப் பார்த்தேன். அறைகளுக்குள் இருந்தவர்களெல்லாம் ஆளுக் கொரு பக்கமாக ஓடிக் கொண்டிருந்தார்கள். எனக்கு எதுவும் புரியவில்லை. பார்வதியும் ரோசியும் எங்கே போனார்கள் என்று தெரியவில்லை. ஹாலில் நிறைய போலீஸ்காரர்கள் நின்றுகொண்டிருந் தார்கள். தப்பித்து ஓடியவர்கள் போக மீதிப் பேரை வரிசையாக நிற்க வைத்திருந்தார்கள்.

நல்ல வேளையாக என்னை போலீஸ் பிடிக்கவில்லை. இதுதான் தப்பித்து ஓட சரியான சந்தர்ப்பம். நான் தப்பிப்பதற்காக மேல்மாடிக்கு ஓடினேன். அங்கே தான் பிரச்னை முளைத்தது. மேல் மாடியிலும் ரெய்டு நடந்திருந்தது. அங்கே இருந்த பார்வதியையும் ரோசியையும் அவர்களுடன் இருந்த இரண்டு ஆண்களையும் இழுத்துக்கொண்டு வந்தார்கள் போலீஸ்காரர்கள். அவர்களுடன் என்னையும் சேர்த்துக் கொண்டார்கள்.

முதலாளி பெரிய ஆள். எப்படியும் பணம் கொடுத்து எங்களைக் காப்பாற்றிவிடுவார் என்று நம்பியிருந்தோம். அவராலும் ஒன்றும் முடியவில்லை. அன்றைக்குப் பெரிய அதிகாரிகள் தலைமையில் ரெய்டு நடந்திருந்தது. ஆண்களை அங்கேயே விசாரித்து அனுப்பி விட்டார்கள். எங்கள் மூன்று பேரையும் போலீஸ் ஜீப்பில் ஏற்றினார்கள். என்ன செய்வார்கள்? பிடித்து ஜெயிலில் போட்டுவிடுவார்களோ? கூடவே, எனக்கு பேப்பரில் அவ்வப்போது பார்க்கும் 'விபச்சார அழகி கைது' செய்தி நினைவுக்கு வந்தது. நாளைக்கு பேப்பரில் என் முகமும் வெளிவருமோ? அய்யோ! அதை என் அக்காவோ, என் பிள்ளைகளோ பார்த்தால் என்ன ஆகும்? சுற்றியிருக்கிறவர்களிடம் அவமானப்பட வேண்டியிருக்கும்.

ஜீப்பில் ஏறிவிட்டோமே தவிர, அடுத்து என்ன நடக்கும் என்று யூகிக்கவே முடியவில்லை. ஒரு பக்கம் சினிமாவில காட்டுகிற மாதிரியான கோர்ட், ஜெயில் எல்லாம் நினைவுக்கு வந்தது. சிங்கப்பூருக்குப் பிறகு இப்போதுதான் முதன்முதலில் தமிழ்நாட்டில் போலீஸிடம் மாட்டுகிறேன். ஜீப்பில் ஏறியவுடனேயே போலீஸ் விசாரணையை ஆரம்பித்துவிட்டது. 'நீங்கல்லாம் எந்த ஊரு? எத்தனை நாளா தொழில் பண்றீங்க? ஏன் இந்தத் தொழிலுக்கு வந்தீங்க? உங்க உண்மையான பேரு என்னா?' என்னவோ எங்களுக்கு அரசாங்க வேலை கொடுக்கப் போவதைப் போலக் கேள்வி கேட்டார்கள்.

எங்களை எழும்பூருக்குக் கூட்டிக்கொண்டு போனார்கள். அடுத்து என்ன நடக்கும் என்று எனக்கு திகிலாக இருந்தது. யார் என்னைக் காப்பாற்ற வருவார்கள்? அதுவும் எனக்குத் தெரியவில்லை. ஒரு பெரிய போலீஸ் அதிகாரியின் அலுவலகம் போல இருந்தது அது. எங்களைக் கூப்பிட்டு உள்ளே உட்கார வைத்தார்கள். பயத்திலும், பதற்றத்திலும் எனக்கு சிறுநீர் உபாதை வந்துவிட்டது. பாத்ரூமுக்கு போகவேண்டும் என்று தயங்கித் தயங்கிச் சொன்னேன். ஒரு பெண் போலீஸ் கூட வந்தார். ரொம்ப தூரம் நடக்க வைத்து ஒரு பாத்ரூமைக் காட்டினார்.

எனக்கு யார் முகத்தையும் ஏறெடுத்துப் பார்க்க முடியவில்லை. மறுபடியும் அந்த அறைக்குள் வந்து உட்கார்ந்தேன். பார்வதி

ஏற்கெனவே வேறு ஒரு சந்தர்ப்பத்தில், போலீஸிடம் மாட்டிக் கொண்டு ஸ்டேஷன் போனவள். அவளிடம் கேட்டேன்: 'அடுத்து என்னா பண்ணுவாங்க?'

'ஃபைன் கட்டச் சொல்லுவாங்க. வேற ஒண்ணும் இல்ல கலைவாணி!' அவளும் பதட்டமாகத்தான் இருந்தாள். ஆனால், எனக்கு தைரியம் சொன்னாள்.

'ஃபைன்னா இங்கேதானே கட்டணும்?'

'இல்ல, இல்ல. கோர்ட்டுல.'

கோர்ட் என்று அவள் சொன்னதும் என் அடிவயிற்றில் பயம் வந்து ஏறி உட்கார்ந்துகொண்டது.

அப்படி என்றால், சினிமாவில் காட்டுவது போல விபச்சார வழக்கு நடக்கும். 'கலைவாணி! கலைவாணி! கலைவாணி!' என்று டவாலி நம்மைப் பெயர் சொல்லி அழைப்பார். கூண்டில் ஏறி நின்று, தலை குனிந்து விபச்சாரம் செய்ததை ஒப்புக்கொள்ள வேண்டும். ஊர் முழுக்க என் முகம், நான் செய்த தொழில் அம்பலமாகிவிடும். என் மானம், மரியாதை எல்லாம் போய்விடும். நான் பயத்தில் அழுதேன்.

'யேய்! இப்ப என்னத்துக்கு அழுவுற? நீ பயப்படுற மாதிரியெல்லாம் ஒண்ணும் நடக்காது. கண்டதையும் நீயா கற்பனை பண்ணிக்காதே! கம்முன்னு இரு. அந்த அய்யாகிட்ட கேப்போம்.' என்னை அடக்கி விட்டு எதிர் மேஜைக்கு பக்கத்தில் உட்கார்ந்திருந்த போலீஸ்காரரிடம் போனாள் பார்வதி. எனக்கு மட்டும் பயம் அடங்கவில்லை. ரோசி எதைப்பற்றியும் கண்டுகொள்ளாதவளாக அப்படியே உட்கார்ந் திருந்தாள்.

'அய்யா! எங்களை இன்னைக்கே கோர்ட்டுக்குக் கூட்டிட்டு போயிடு வீங்களா?'

'தெரியலம்மா.'

'ஏன் கேக்குறேன்னா, நாங்கல்லாம் வெளியூரு. பணம் ரெடி பண்ணணும். அதுக்குத்தான் கேக்குறேங்கய்யா...'

அந்த போலீஸ்காரர் யோசனையோடு பார்வதியைப் பார்த்தார்.

'எங்க நகையை வேணும்னா இப்போ குடுத்துட்டுப் போறோம். எங்கட்ட மீதி இருக்குற நகையை அடகு வச்சு பணம் கொண்டு வர்றோம்.'

போலீஸ்காரர் எழுந்து எதிரே இருந்த அறையில் இருந்த அதிகாரியிடம் போய்ப் பேசினார். ஏதோ நல்ல முடிவு கிடைக்கும் என்று எனக்குத்

தோன்றியது. நான் கடவுளை வேண்டிக்கொண்டேன். அதிகாரியின் அறையில் இருந்து வெளியே வந்த போலீஸ்காரர் நேராக எங்களிடம் வந்தார்.

'ஏம்மா! உங்க மேல ரோட்டுல நின்னுகிட்டு, போற வர்ற ஆம்பளைங்களை விபச்சாரத்துக்குக் கூப்பிட்டதா கேஸ் போட சொல்லியிருக்காங்க. கோர்ட்டுக்கு போயி ஐநூறு ரூபா ஃபைன் கட்டணும். இன்னிக்கிக் கட்ட முடியாது. நேரமாயிடுச்சி. நாளைக்குத்தான் கட்ட முடியும். இங்க உங்களுக்கு தெரிஞ்ச ஆளுங்க யாராவது இருந்தா வரச்சொல்லுங்க. ஜாமீன் போட்டு கூட்டிட்டு போவட்டும். இல்லைன்னா இன்னைக்கு ராத்திரி இங்க இருந்துட்டு நாளைக்கு காலையிலதான் கோர்ட்டுக்குப் போகணும்'

'அய்யா! எங்களுக்கு இங்க யாரையும் தெரியாதுங்கய்யா. இது என்னோட தோடு. ஒரு பவுனு. இதை நீங்க வச்சிக்கோங்க. நாளைக்கி நாங்க வந்து கோர்ட்ல பணம் கட்டிட்டு வாங்கிக்கிறோம். கொஞ்சம் பெரிய மனசு பண்ணுங்கையா!' கெஞ்சினாள் பார்வதி. அந்த போலீஸ்காரர் மறுபடியும் உள்ளே போய் அந்த அதிகாரியிடம் ஏதோ பேசிவிட்டு வெளியே வந்தார். ஒரு வெள்ளை பேப்பரில் மூன்று பேரையும் கையெழுத்துப் போடச் சொன்னார். பார்வதி தோடைக் கொடுத்தாள்.

'நாளைக்கு வந்துடணும். நான் தான் உங்களை ஜாமீன்ல விடறேன். புரிஞ்சுதா? வரல... அவ்வளவுதான்' என்று எச்சரித்தார். ஏதோ இந்த மட்டில் எங்களை வெளியே விடுகிறார்களே என்று எனக்கு நிம்மதியாக இருந்தது. ஏதோ இதில் அனுபவம் இருந்ததால் பார்வதி ஜெயிலுக்குப் போகாமல் எங்களைக் காப்பாற்றிவிட்டாள்.

எழும்பூர் கோர்ட்டுக்கு நானும், பார்வதியும், ரோசியும் மறுநாள் காலையிலேயே வந்துவிட்டோம். மொத்தமாக இரண்டாயிரம் ரூபாய் பணம் வைத்திருந்தோம். நாங்கள் போனபோது, பார்வதி தோடு கொடுத்திருந்த போலீஸ்காரர் இல்லை. கொஞ்ச நேரம் கழித்துத்தான் அவர் வந்தார். இடைப்பட்ட நேரத்தில் பார்வதி ரொம்பப் பதறிப் போனாள்.

அவர் பார்வதியிடம் 'பணம் எடுத்துக்குனு வந்தியா?' என்று கேட்டார்.

பார்வதி தலையாட்டினாள்.

'எவ்ளோ?'

'ரெண்டாயிரம்.'

'ரெண்டாயிரம் ஃபைன் கட்றதுக்கு. எங்களுக்கு? இன்னிக்கி ஃபைன் கட்டிடு. உன் தோடை நாளைக்கு எங்களுக்குப் பணம் குடுத்துட்டு ஸ்டேஷன்ல வந்து வாங்கிக்கோ!'

பார்வதி கெஞ்சினாள்.

'நீங்க நெனைக்கிற மாதிரி இல்லீங்க நாங்க. நாங்கல்லாம் சினிமா கம்பெனியில ஜூனியர் ஆர்ட்டிஸ்ட்டா வேலை பாக்குறோம். ஏதோ காசுக்கு ஆசப்பட்டு இப்பிடி ஆயிடுச்சி. தோடு இல்லாம வூட்டுக்கு போனா சண்டை வந்துடுங்க. இந்த ரெண்டாயிரத்தை வச்சிக்கிட்டு தோடைக் குடுத்துடுங்கய்யா.' ரொம்ப நேரம் கெஞ்சி அழுததற்குப் பிறகு அந்த போலீஸ்காரர் தோட்டைக் கொடுத்தார்.

கொஞ்ச நேரத்தில் கோர்ட் வாசலில் தலைப்பாகை கட்டிய ஓர் ஆள், 'பார்வதி! கலைவாணி! ரோசி!' என்று எங்களை ஏலம் விட்டார். பதற்றத்தோடு நாங்கள் அவரிடம் போய் நின்றோம்.

'உள்ள போயி நில்லுங்க!'

உள்ளே நீதிபதி உட்கார்ந்திருந்தார். அவருக்குக் கீழே இருந்த ஒருவரிடம் வக்கீல் ஒருவர் போய்ப் பேசினார். நீதிபதி எங்களைப் பார்த்தார்.

'வளசரவாக்கத்துல ரோட்டுல நடந்து போன ஆம்பளைங்களை நீங்க மூணுபேரும் விபச்சாரத்துக்குக் கூப்பிட்டீங்களா?' என்று கேட்டார் அவர். எங்களுக்கு ஏற்கெனவே போலீஸ் தரப்பில் சொல்லப் பட்டிருந்தது. 'நீதிபதி எதைக் கேட்டாலும் ஆமான்னு சொல்லு. அப்ப தான் ஃபைன் போட்டு வெளியில அனுப்புவாங்க. இல்லைன்னா, கோர்ட்டு, கேசுன்னு ஆயுசு பூரா நீயும் நானும் அலைய வேண்டியதுதான்.'

'ஆமாங்க.' என்றோம். கொஞ்ச நேரம் ஏதோ பேசிவிட்டு பேப்பரில் எழுதி, கீழே இருந்தவரிடம் கொடுத்தார் நீதிபதி. உடனே அவர் ஆங்கிலத்தில் எதையோ படித்துவிட்டு 'நானூறு ரூபாய் அபராதம் கட்டணும்' என்று சொன்னார். தலைப்பாகை கட்டியிருந்த ஆள், எங்களை வழியில் நிறுத்தினார். 'நில்லும்மா! கையெழுத்து போட்டுட்டு போ!' என்றார். கையெழுத்துப் போட்டதும் ஐம்பது ரூபாய் வாங்கிக் கொண்டார்.

உடம்பை விற்று சம்பாதித்த காசு எப்படியெல்லாம் கரைகிறது? ஃபைன் கட்டிவிட்டு நாங்கள் அங்கேயிருந்து கிளம்பினோம். அதற்குப் பிறகு இரண்டு நாள்களுக்கு எங்கும் போகவில்லை.

அந்தச் சமயத்தில் அக்காவுக்கு உடம்பு மிகவும் மோசமாக இருந்தது. மார்பகப் புற்றுநோய் முற்றியிருந்தது. கூடவே அத்தான் சித்திரவதை வேறு. நான் வடபழனியில் தனியாக வீடு எடுத்துத் தங்கியிருந்தேன். என் இளைய மகன், ஹாஸ்டலில் படித்துக் கொண்டிருந்தான். அத்தான் தொந்தரவு இல்லையென்றாலும், வயிற்றுப்பாடு படுத்தியெடுத்துக் கொண்டிருந்தது.

பார்வதியைப் பார்த்து வெகு நாள்களாகியிருந்தன. அன்று நான் வடபழனி பஸ் ஸ்டாப்பில் நின்றுகொண்டிருந்தேன். ரோசி வந்தாள்.

'என்ன ரோசி! பார்வதியக்கா எங்க? நீ மட்டும் வர்றே?'

'பார்வதி அக்காவுக்கு உடம்பு முடியலக்கா. ரொம்ப இளைச்சி போயிட்டாங்க. எலும்பெல்லாம் தெரியுது. பாவம்! படுத்த படுக்கையாயிட்டாங்க. நான் மட்டும்தான் இப்ப வெளியே போறேன்.'

'நீ எங்க போவ ரோசி?'

'நீயும் வர்றியாக்கா? பூக்கடை பஸ் ஸ்டாண்டுகிட்ட அந்தோணியார் கோயில் இருக்குல்ல? அதுகிட்ட போவேன்க்கா. அங்க ஒரு பாய் கடை இருக்கு. வெளியூர் ஆளுங்க நெறைய பேரு வருவாங்க. தெனம் முந்நூறு நானூறுன்னு கெடைக்கும்க்கா.'

அன்றைய தேதிக்கு முந்நூறோ, நானூறா எனக்குப் போதுமானதாக இருந்தது. இப்படியே காலத்தை ஓட்டிவிட வேண்டியதுதான். வயது வேறு ஏறிக்கொண்டே போகிறது. என் போன்றவர்களுக்கு வயதாகக் கூடாது. வியாதி வரக்கூடாது. அப்படி ஆனால், வாழ்க்கைச் சக்கரம் அப்படியே ஓடாமல், ஸ்தம்பித்து நின்றுவிடும். இப்போது சம்பாதித் தால்தான் உண்டு. விட்டால் அவ்வளவுதான். இனிமேல் என்னால் எந்த வேலைக்கும் போக முடியாது. எதிர்காலத்துக்குக் கொஞ்சம் சேர்த்து வைத்தால்தான் உண்டு.

'சரி ரோசி! நானும் வர்றேன். போலாமா?'

துணை கிடைத்த சந்தோஷத்தில் இருந்தால் ரோசி. இரண்டு பேரும் பாரீஸ் கார்னருக்கு அருகில் இருந்த அந்தோணியார் கோயிலுக்கு அருகில் போய் நின்றோம்.

எப்போதுமே நெரிசல் உள்ள பகுதி பூக்கடை பேருந்து நிலையம். அதற்கு எதிரில் உள்ள தெருக்களில் உள்ள கடைகளில் எப்போதுமே கூட்டம் மொய்த்துக் கிடக்கும். அங்கே கிடைக்காத பொருள்களே இல்லை என்றுகூடச் சொல்லலாம். கூட்டத்தில் மனிதர்களெல்லாம் எறும்பு போல ஊர்ந்துதான் செல்லவேண்டியிருக்கும். அவ்வளவு நெரிசலான இடம். ஆனால் அந்தோணியார் கோயில் அப்படிக் கிடையாது. கொஞ்சம் ஒதுங்க இடம் கிடைத்த மாதிரி இருக்கும். ரோசியும் நானும் அங்கே நின்றிருந்தோம்.

அது காலை பதினோரு மணி. எங்கள் அருகே ஒரு ஆட்டோ வந்து நின்றது. ஆட்டோ டிரைவர் ரோசியிடம் ஏதோ சொன்னார். ரோசி எனக்கு சைகை காட்டிவிட்டு ஆட்டோவில் ஏறிச் சென்றுவிட்டாள். ஒருமணி நேரம் கழித்துத்தான் வந்தாள்.

‘எங்க போன ரோசி?’

‘கஸ்டமர் வந்திருந்தாங்க அக்கா! நமக்கு ரூம் எதுவும் இங்க கிடைக்காது. நான் சொன்னேனே பாய்கடை... அங்க தான் போவணும். அது கொஞ்சம் தூரம். பாய் கடைகிட்டயே நிக்கலாம். ஆனா, போலீஸ்காரங்க நிறையபேரு அந்தப் பக்கம் அடிக்கடி ரோந்து வருவாங்க. அதோட நாம அங்க நின்னா, ‘இவ ஏன் இங்க நிக்கிறா?’ன்னு பாக்குறவங்களுக்கு தோணும். இங்க நின்னோம்னா அந்த பிரச்னை இல்ல. யாராவது கஸ்டமர் வந்தா ஆட்டோகாரங்களே கூட்டிக்கிட்டு வந்துடுவாங்க. அவங்களுக்கும் ஆட்டோ சவாரி கெடச்ச மாதிரி இருக்கும். நமக்கும் பாதுகாப்பா இருக்கும். இப்ப வந்தவரு தெரிஞ்ச கஸ்டமரு. வேற யார் கூடயும் போகமாட்டாரு. என்கிட்ட மட்டும்தான் வருவாரு. அதான் உங்ககிட்ட சொல்லாமயே போயிட்டு வந்துட்டேன். அடுத்த கஸ்டமர் வரட்டும்க்கா. நானும் கூடவே வந்து, இடத்தையும் ஆளுங்களையும் பழக்கிவிடறேன்.’

முன்பைவிட ரோசி மிகத்தெளிவாக இருந்தாள். போலீஸில் மாட்டியதற்குப் பிறகு இப்போதுதான் மறுபடியும் ரோசியுடன் வருகிறேன். இரண்டு பேரும் பல விஷயங்களையும் பேசிக்கொண்டே இருந்தோம். கொஞ்ச நேரத்தில் ஒரு ஆட்டோ டிரைவர் ரோசியின் அருகில் வந்து நின்றார். ஏதோ பேசினார்.

‘அக்கா! போலாம் வாக்கா!’ என்று ஆட்டோவில் ஏறினாள் ரோசி. நானும் ஏறிக்கொண்டேன். கொஞ்ச தூரம் போய் ஆட்டோ நின்றது, நடுத்தர வயதுள்ள ஒருவர் ஆட்டோவில் ஏறிக்கொண்டார். ஆட்டோ மீண்டும் ஒரு நெரிசலான இடத்தில் நின்றது. மூன்று பேரும் இறங்கிக் கொண்டோம். எதிரிலிருந்த பங்க் கடையில் போய் நின்றோம்.

‘பாய்! ரெண்டு பாக்கெட் குடு!’ என்றாள் ரோசி. அப்போதுதான் அந்தக் கடை பாய் கடை என்பது எனக்குத் தெரிந்தது. அந்தக் கடையை ஒட்டிய பக்கத்துச் சந்து வழியாகக் கூட்டிக் கொண்டு போனாள் ரோசி. ஆட்டோவில் வந்தவரும் எங்களுடன் வந்தார். பாதி வழியில், ரோசி அவரிடம் கையை நீட்டினாள். அவர் கொஞ்சம் பணத்தை எடுத்துக் கொடுத்தார்.

‘யோவ்! இப்ப விலைவாசி இன்னான்னு தெரியுமா உனக்கு? இப்ப வந்தோமே ஆட்டோ... அதுக்கு எவ்வளவு தெரியுமா? இருபது ரூபா. நீ என்னடான்னா அம்பது ரூபா கொடுக்குறே? எரநூறு ரூபா இருந்தா வா! இல்லன்னா போ!’ என்றாள் ரோசி. அந்தாளு பேந்த பேந்த முழித்துக் கொண்டே பேண்ட் பாக்கெட்டைத் துழாவ ஆரம்பித்தார். நான் ரோசியைத் தனியாகக் கூப்பிட்டேன்.

‘என்னக்கா?’

‘பாவம் ரோசி அந்தாளு.’ என்றேன்

‘நீ சும்மா இருக்கா. உனக்கென்னா தெரியும்? ரூமுக்கே அம்பது ரூபா தரணும். வயிறுமுட்டக் குடிச்சிட்டு பொம்பள வேணும்னு தெரியுதில்ல? அதுக்கு காசு எடுத்துக்குனு வரணும்னு தெரிய வேணாம்?’ என்று திட்ட ஆரம்பித்துவிட்டாள். ஒருவழியாக அந்த ஆள் இருநூறு ரூபாயை ரோசியிடம் கொடுத்தார். பணத்தை வாங்கிய பிறகு, என்னையும் அந்த ஆளையும் அந்த லாட்ஜுக்குள் அழைத்துக்கொண்டு போனாள். ஓர் அறையைக் காட்டினாள்.

‘அக்கா! இந்தா காண்டம். சீக்கிரம் வந்துரு. அந்த ஆளு குடிச்சிருக்கார். பாத்துக்கோ! எதுனா ஒண்ணுன்னா சத்தம் குடு’ என்று சொல்லிவிட்டுப் போய்விட்டாள். உள்ளே வந்து கதவை அடைத்துவிட்டு அறையைப் பார்த்தேன். ஒரு சாதாரண லாட்ஜ் அறை எப்படி இருக்குமோ அப்படி இருந்தது அந்த அறை. ரொம்ப நாளைக்குப் பிறகு இப்படி ஓர் அறையில் இருக்கிறேன். வந்த ஆள் பிளாஸ்டிக் பொம்மைகள் விற்பவராம். கோயில் திருவிழாக்களில்தான் அவருக்கு அதிகம் வியாபாரம் நடக்குமாம். மாதா மாதம் சென்னைக்கு வருவாராம். வந்தால், இங்கே வராமல் போக மாட்டாராம்.

அன்றிலிருந்து பாய்கடை பக்கம்தான் பிழைப்பு ஓடியது. அந்த இடம் நன்றாகப் பழகிப்போனது. தொழில் நுணுக்கம் நன்றாகப் புரிபட்டது அந்த இடத்தில்தான். வருகிறவனிடம் பல்லைக் காட்டினால் அவ்வளவு தான். பைசா தேறாது. நானும் எவ்வளவோ அனுபவப்பட்டேன். அந்த நேரத்தில்தான் அந்த ஆபீஸ் அறிமுகமானது. பழனிச்சாமி அறிமுகமானார்.

பழனிச்சாமியின் அலுவலகத்துக்கு மாலை நேரங்களில் போவது வழக்கமானது. அக்காவுக்கு உடம்பு சரியில்லாததால், வாரத்தில் மூன்று நாளைக்கு அங்கே போய் விடுவேன். என் உடம்பைத் தவிர விற்பதற்கு வேறெதுவும் இல்லை என்னிடம். இடை இடையே அத்தானை வேறு கவனிக்க வேண்டியிருந்தது. ஆனால், அக்கா என்னை ரொம்பக் கஷ்டப்படுத்தவில்லை. அன்பை மட்டுமே கடைசி வரைக்கும் கொட்டித் தீர்த்த அந்த அற்புதமான மனுஷி ஒரு நாள் திடீரென்று இறந்து போனாள். அவள் இறந்த சுவடு அழிவதற் குள்ளாகவே அத்தான் வேறு ஒரு கல்யாணம் பண்ணிக்கொண்டார். நான் அவருக்குப் புளித்துப் போனேன். என் பெரிய பையனைக் கூட்டிக்கொண்டு வேறொரு வீட்டுக்குக் குடி போனார்.

நான் வடபழனியிலே தங்கிவிட்டேன். கஷ்டமே இல்லாமல் யாருடைய வாழ்க்கையும் ஓடாதுதான். எனக்கோ கஷ்டத்தில்தான்

வாழ்க்கையே ஓடிக்கொண்டிருந்தது. வடபழனியில் நான் தங்கியிருந்த வீட்டுக்குப் பக்கத்தில் சாந்தி என்று ஒரு பெண் தங்கியிருந்தாள். அவளும் என்னைப் போலவே ராத்திரியில் வெளியில் போவதும், பகலில் வீட்டுக்கு வருவதுமாக இருந்தாள்.

ஒரு நாள் எனக்கு உடம்புக்கு ரொம்ப முடியாமல், வீட்டிலேயே படுத்திருந்தேன். யாரோ கதவைத் தட்டுகிற சத்தம் கேட்டது. எழுந்து போய்க் கதவைத் திறந்தேன். பக்கத்து வீட்டு சாந்தி நின்றிருந்தாள்.

'வாங்க!'

அவள் உள்ளே வந்தாள். அழகாக, பளிச்சென்று இருந்தாள். ஏதாவது சினிமாவிலோ, தொலைக்காட்சித் தொடரிலோ நடிப்பாள் போல... என்று நினைத்துக்கொண்டேன். அவளாகவே பேச்சை ஆரம்பித்தாள்.

'உங்க பேரு என்ன?'

'எம் பேரு கலைவாணி. எல்லாரும் 'கலை'ன்னு கூப்பிடுவாங்க.'

'என்ன வேலை செய்யறீங்க?'

'சினிமா கம்பெனியில துணை நடிகையா இருக்கேன்.'

'அது போகட்டும். நீங்க அந்த வேலை மட்டும் பார்க்கலைன்னு எனக்குத் தெரியும். முதல்ல உடம்பை செக்கப் பண்ணிடுங்க. உடம்பு வலி, சோர்வு, உடம்பு மெலிஞ்சி போறது, பசி எடுக்காததுன்னு வந்தா எச்.ஐ.வி. இருக்குன்னு அர்த்தம். அதான் எய்ட்ஸ் இருக்குன்னு அர்த்தம்.'

நான் அதிர்ந்து போனேன். நான் எங்கோ போய் வருவது இவளுக்கு எப்படி தெரியும். அதோடு எய்ட்ஸ், அது இது என்று சொல்கிறாளே! அப்படியானால் நான் செத்துவிடுவேனோ? செத்தால், என் பிள்ளைகளை யார் காப்பாற்றுவார்கள்? இதுவரைக்கும் நான் இதைப் பற்றிக் கவலைப்படவே இல்லையே? நான் பயந்துதான் போயிருந்தேன்.

'ஒண்ணும் பயப்படாதீங்க. இது ஒரு பெரிய பிரச்னையே இல்ல. நான்கூட ஆரம்பத்துல உங்களை மாதிரியே பயந்துட்டேன்.'

'நான்கூட' என்று அவள் சொன்ன பிறகுதான் அவளும் என்னைப் போன்ற அபலை, இந்தக் கேடுகெட்ட தொழிலுக்கு வந்தவள் என்பது எனக்குப் புரிந்தது. நன்கு அழகாக வேறு இருந்தாள். இவளை யார் ஏமாற்றி இந்த நிலைக்குக் கொண்டு வந்து விட்டிருப்பார்களோ? அவள் மேல் எனக்குப் பரிதாபம் எழுந்தது. இருந்தாலும் எய்ட்ஸ் பயம் போகவில்லை.

‘நீங்க ஒண்ணும் கவலைப்படாதீங்க. நாளைக்குக் காலையில நான் உங்களைக் கூட்டிக்கிட்டுப் போறேன்’ என்றாள்.

‘அங்க... நான் இந்த மாதிரி தொழில் பண்றவன்னு தெரிஞ்சி போச்சுன்னா...?’

‘அதெல்லாம் தெரியாது. நான் பாத்துக்கறேன்’ என்றவள் கிளம்பி விட்டாள். எனக்கு அன்று இரவு முழுக்கத் தூக்கமில்லை. ‘எய்ட்ஸ்’ நினைக்க, நினைக்க அந்த வார்த்தை எனக்கு ஒரு மாதிரியாக இருந்தது.

அடுத்த நாள் காலை சாந்தி வந்தாள். இரண்டு பேரும் ஆட்டோ ஒன்றில் ஏறி, அண்ணாநகருக்குப் போனோம். அங்கே ஒரு வீட்டுக்கு முன்னால் ஆட்டோ போய் நின்றது. அது ஓர் அமைப்பு. ‘இந்திய சமுதாய நலவாழ்வு நிறுவனம்’ என்று பெயர். அங்கே எனக்கு முழு உடல் பரிசோதனையும் நடந்தது. எந்தவித பாதிப்பும் இல்லை என்று சொன்னார்கள். எனக்கு சாந்தி தெய்வமாகத் தெரிந்தாள். என்னைவிட வயதில் சிறியவள். என் உடம்பில் அக்கறை எடுத்துக்கொண்டவள்.

முந்நூறுக்கும் நாநூறுக்குமாக என்னை அனுபவித்தவர்களில் பல பேர் ஆணுறை போட்டுக்கொண்டதில்லை. சொல்லப் போனால் எனக்கே என் உடல் மேல் சாந்தி அளவுக்கு அக்கறை இருந்ததில்லை. நானும் சாந்தியும் அன்றிலிருந்து நெருங்கிப் பழக ஆரம்பித்தோம். நான் அடிக்கடி அண்ணாநகர் அலுவலகத்துக்குப் போனேன். அங்கே என்னைப் போன்ற பாலியல் தொழில் செய்கிற பலபேர் வந்தார்கள். அவர்களுக்குப் பாலியல் நோய் பற்றியும் வராமல் பாதுகாக்கிற முறைகளைப் பற்றியும், மருத்துவ சிகிச்சையும் செய்தார்கள். என் போன்ற பெண்களை மனரீதியா திருத்தி, பாதுகாப்பாக இருக்க வழிகாட்டும் அந்த அமைப்பை எனக்கு மிகவும் பிடித்துப் போனது. நானும் என்னைப் போலவே பாதிக்கப்பட்ட பெண்களுக்கு ஏதாவது செய்தாகவேண்டும் என்று முடிவெடுத்தேன்.

இந்திய சமுதாய நலவாழ்வு நிறுவனத்தை நாங்கள் சுருக்கமாக ‘மையம்’ என்று குறிப்பிட்டோம். அந்த மையம் சார்பாக, எய்ட்ஸ் கட்டுப் பாட்டுத் திட்டத்துக்காக தெரு நாடகம் நடத்தினார்கள். அந்த நாடகத்தில் நான் பாட்டுப் பாடினேன். என்னைப்போலவே பதினைந்து பெண்கள் அந்த நாடகத்தில் நடிக்கவும், பாடவும் வந்திருந்தார்கள். முதல் முறையாக ‘நான் ஒரு பாலியல் தொழிலாளி’ என்று நாடகம் மூலமாகவே சொல்கிற வாய்ப்பு எனக்குக் கிடைத்தது.

அந்த மையம், சரியான எடத்துக்கு நான் வந்து சேர்ந்த ஒரு நிம்மதியைக் கொடுத்தது. பாதுகாப்பாக நான் இருப்பதாக உணர்ந்தது என் வாழ்க்கையிலேயே அந்த மையம் அறிமுகம் ஆனபிறகுதான்.

அண்ணாநகர் அலுவலகத்தில் அடிக்கடி, உடம்பைப் பரிசோதனை செய்துகொள்வது, மற்றவர்களுடன் மனம் விட்டுப் பேசுவது என்று இருந்தாலும், என்னால் முழுவதுமாகப் பாலியல் தொழிலை விட முடியவில்லை. ஏனென்றால், இப்போது பாதுகாப்பாகத் தொழில் செய்யப் பழகியிருந்தேன். எவ்வளவு பெரிய ஆளாக இருந்தாலும் ஆணுறை இல்லாமல் உறவு கொள்வதில்லை என்பதில் தீர்மானமாக இருந்தேன். மையமும் இதைத்தான் வலியுறுத்திச் சொன்னது.

அண்ணாநகர் அலுவலகத்தில்தான் லல்லி எனக்கு அறிமுகமானார். அவருக்கு வயது ஐம்பது இருக்கும். நல்ல சிவப்பு. எப்போதும் துறுதுறு என்று இருக்கிற சுபாவம். அவரைப் பார்த்தால் பாலியல் தொழிலாளி என்றே சொல்ல முடியாது. நான் நெருக்கமான பிறகு தன் கதையை எனக்குச் சொன்னார் லல்லி.

லல்லிக்கு, ஆந்திர மாநிலத்தில், விஜயவாடாவுக்குப் பக்கத்தில் இருந்த ஒரு கிராமம்தான் சொந்த ஊர். இஸ்லாமிய குடும்பம். அப்பாவுக்கு ரயில்வேயில் வேலை. லல்லி சிறுமியாக இருக்கும்போதே அம்மா இறந்து போனார்கள். அப்பாவுடன் ரயில்வேயில் வேலை செய்பவர் நரேந்திரன். அவருக்கு லல்லியைவிட இரண்டு வயது அதிகம். அப்பாவுடன் அடிக்கடி வீட்டுக்கு வர ஆரம்பித்தார். நெருங்கிப் பழகினார். நெருக்கம் காதலானது.

ஒரு முஸ்லீம் பெண்ணை இந்துவுக்குக் கொடுக்க யார்தான் சம்மதிப் பார்கள்? நரேந்திரனும் லல்லியும் வீட்டைவிட்டு ஓடிப் போனார்கள். நரேந்திரன் லல்லியை நன்றாகப் பார்த்துக்கொண்டார்.

மூன்று வருடங்களுக்கு வாழ்க்கை நன்றாகத்தான் இருந்தது. அதற்குப் பிறகு, யாரோ சொன்னதைக் கேட்டு, நரேந்திரன் லல்லியை சந்தேகப்பட ஆரம்பித்திருக்கிறார். சந்தேகம், கூடவே குடிப் பழக்கத்தையும் கொண்டுவந்திருந்தது. அவ்வளவுதான். நகமும் சதையுமாக இருந்தவர்களின் வாழ்க்கை, உதையும் வலியுமாக ஆகிப் போனது. அப்போது லல்லி மூன்று மாதக் குழந்தையை வேறு வயிற்றில் சுமந்துகொண்டிருந்தாள்.

தினமும் நரேந்திரன் குடி போதையில் வருவதையும், லல்லியை அடிப்பதையும் பார்த்த ஒரு இஸ்லாமிய பெண் லல்லி மேல் பரிதாபப் பட்டாள். லல்லியின் பிரசவத்துக்கு உதவி செய்தாள். லல்லிக்கு அழகான ஒரு பெண் குழந்தை பிறந்தது. அதற்கு மேலும், நரேந்திரனின் சித்திரவதையைத் தாங்க முடியாமல், வேறெங்காவது போய்விடுவது என்று முடிவெடுத்தாள் லல்லி. அப்பா வீட்டுக்குப் போனால் உயிரோடு எரித்துவிடுவார். வேறு எங்குதான் போவது. அந்த இஸ்லாமிய

பெண்ணிடமே உதவி கேட்டாள். அந்தப் பெண், அவளுக்குத் தெரிந்த உறவினர் ஒருவர் வீட்டுக்குப் போகச் சொன்னாள். லல்லியும் குழந்தையோடு புறப்பட்டுவிட்டாள்.

ஒரு மாதத்துக்கு மேல் அவர்கள் வீட்டில் தங்கியிருந்தாள் லல்லி. எத்தனை நாளைக்குத்தான் சும்மா உட்கார்ந்து சாப்பிட்டுக் கொண்டிருப்பது? அந்த ஊரிலேயே விவசாயக் கூலியாக வேலை செய்ய முடிவெடுத்தாள் லல்லி. அந்த வீட்டில் இருந்தவர்களுடன் 'நானும் வேலைக்கு வரேன்' என்று சொல்லி, அவர்கள் வேண்டாம் என்று சொல்லியும் கேட்காமல், குழந்தையையும் தூக்கிக் கொண்டு வேலைக்குப் போயிருக்கிறாள். கொஞ்சம் கொஞ்சமாகக் களை எடுக்க, புல்லு அறுக்க என்று விவசாய வேலைகளை நன்றாகக் கற்றுக் கொண்டாள். அவ்வப்போது குழந்தையையும் கவனித்தபடி வேலையையும் பார்த்தாள்.

அவள் வேலை பார்த்த நில உரிமையாளர் மகனுக்கு லல்லிமேல் ஆசை. லல்லியை வேலைக்குக் கூட்டிக்கொண்டு போனவர்களிடம் தன் ஆசையைச் சொல்லியிருக்கிறான். இது தவறுதான் என்று தெரிந்திருந்தாலும் லல்லிக்கு ஒத்துக்கொள்வதைத் தவிர வேறு வழியிருக்கவில்லை. ஊரில் மிக முக்கியமான புள்ளியின் மகன். அதுவும் அவள் தஞ்சம் புகுந்திருக்கும் ஊர். யாரையும் பகைத்துக் கொள்ள முடியாது. அவளுக்கும் இளமையும் வயதும் இருந்தன.

கொஞ்ச நாளில் நில உரிமையாளர், மகனுக்குப் பெண் பார்த்திருக்கிறார். லல்லியின் மேல் இருந்த ஆசையில் அவன் திருமணம் வேண்டாம் என்று மறுத்திருக்கிறான். லல்லி இருப்பதால்தானே பிரச்னை என்று அவளை ஆள் வைத்து மிரட்ட ஆரம்பித்துவிட்டார் உரிமையாளர். ஒரு கட்டத்தில் லல்லிக்கு உயிர் பயம் வந்துவிட்டது. குழந்தையைத் தான் தங்கியிருந்த வீட்டிலேயே பார்த்துக்கொள்ளச் சொல்லிட்டுப் புறப்பட்டுவிட்டாள். ஆனால், எங்கே போவது என்று தெரியவில்லை. அங்கே இங்கே என்று சுற்றி அலைந்துவிட்டு, கடைசியில் மும்பைக்குப் போய்ச் சேர்ந்தாள்.

வயது பெண்களை விழுங்கி ஏப்பம் விடுகிற நகரம் மும்பை. அதிலும் லல்லி சிவப்பாக, அழகாக வேறு இருந்தாள். அனாதரவாக நின்ற அவளைக் காப்பாற்றுவதாகச் சொன்னார் ஒருவர். அந்த ஆபத்பாந்தவன் அவளை அழைத்துக் கொண்டுபோய் காமாத்திபுரா என்ற இடத்தில் விற்று விட்டார். அது பாலியல் தொழில் செய்யும் இடம். முழுக்க முழுக்க வாடகை கட்டடத்தில் இயங்குகிற ஓர் இடம். அரசாங்கமே பாலியல் தொழில் செய்ய அங்கே அனுமதி கொடுத்திருந்தது. அங்கே பெண்களின் அனுமதியில்லாமல்

வற்புறுத்திப் பாலியல் தொழிலில் ஈடுபடக் கூடாது. மீறினால் அந்த நபரை போலீஸ் பிடித்து கேஸ் போட்டு விடும். இதுதான் சட்டம்.

ஆனால் யார் மதிக்கிறார்கள் சட்டத்தை? பெரும்பாலும் அங்கே இருக்கும் பெண்கள் கடத்திக்கொண்டு வரப்பட்டவர்கள். விலை கொடுத்து வாங்கப்பட்டவர்கள். இன்னும் சொல்லப்போனால், சொந்த அப்பா அம்மாவே காசுக்காக விபச்சாரம் பண்ண அனுப்பிய பெண்களும் அங்கே இருந்தார்கள்.

லல்லியின் நிறமும் அழகும் தினமும் நிறைய கஸ்டமர்களை அள்ளி வந்து போட்டிருக்கிறது. காமாத்திபுராவில், ஒரு வீட்டில் முப்பது பேர் வரைக்கும் தங்கலாம். புரோக்கர்கள் கீழே ரோட்டில் நின்றிருப்பார்கள். அவர்கள்தான் கஸ்டமர்களை அழைத்துக்கொண்டு வருவார்கள்.

1985-ல் ஒரு ஆளுக்குப் பதினைந்து ரூபாயிலிருந்து ரேட் தொடங்கும். அந்தத் தொகையிலேயே வாடகை, புரோக்கர் காசு, முதலாளிக்குண்டான தொகை எல்லாம் போய் விடும். யாராவது டிப்ஸ் கொடுத்தால்தான் லாபம். பணம் கொடுத்து வாங்கியவர்கள், இந்தப் பெண்களுக்கு மாதம். ஐநூறோ ஆயிரமோ கொடுப்பார்கள். ஒரு பெண் ஒரு நாளைக்குப் பத்து கஸ்டமர் வரைக்கும் எதிர்கொள்ள வேண்டியிருக்கும். இரண்டாவது, மூன்றாவது ஆள் வரும்போதே உடம்பு அசந்து போய்விடும். அதற்குப் பிறகு மது அருந்தினால் மட்டுமே தாங்க முடியும்.

அதிகமாகக் குடித்தாலும் அவ்வளவுதான். வருகிறவன் டிப்ஸ் தராமல் ஏமாற்றிவிடுவான். இல்லையென்றால், அந்தப் பெண்கள் வைத்திருக்கும் காசையும் சேர்த்து எடுத்துக்கொண்டு போய்விடுவான். சுமார் ஆறு மாதத்துக்கும் மேல் அங்கே இருந்தாள் லல்லி. முதலாளி வாங்கியிருந்த காசை சம்பாதித்துக் கொடுத்துவிட்டு அங்கேயிருந்து கிளம்பிவிட்டாள்.

கூடப் பழகியவர்களின் உதவியோடு, பெங்களூருக்கு வந்து சேர்ந்தாள் லல்லி. அங்கே அவள்தான் முதலாளி. தனிக்காட்டு ராணி. இஷ்ட மாயிருந்தால் தொழில் செய்யலாம். பிடிக்கவில்லையா? லீவு வீட்டு விடலாம். ஆனால் போலீஸில் மாட்டிக்கொள்ளாமல் இருக்க வேண்டும். பெங்களூரில் சிக்பேட் சென்டரில், கபாலி ஹோட்டல் இருக்கிறது. அங்கேதான் தனியாக அறை எடுத்துத் தங்கியிருந்தாள். பெரும்பாலும் கஸ்டமர்கள் அவளை வெளியே கூட்டிக்கொண்டு போகத்தான் விரும்புவார்கள். ஓட்டல்காரங்களும் ஆள் தெரியவாதவர் களுடன் அனுப்பமாட்டார்கள்.

ஒரு நாள் புது ஆள் ஒருவன், லல்லியைத் தன் வீட்டுக்கு அழைத்துப் போயிருக்கிறான். பக்கத்தில் ஏதோ வாட்ச் பேக்டரியில் வேலை செய்வதாகச் சொல்லியிருந்தான். அந்த வீட்டில் நாலைந்து பேரில்

ஒருவனாகத் தங்கியிருந்தான் அந்த ஆள். அவளை வீட்டுக்கு அழைத்து வந்தவன், 'இரு. கடைக்குப் போய் சாப்பிட ஏதாவது வாங்கிட்டு வறேன்' என்று சொல்லிவிட்டுப் போயிருக்கிறான். போனவன் ரொம்ப நேரம் கழித்துத்தான் திரும்ப வந்திருக்கிறான்.

வந்தவன் கையில் இரண்டு பிராந்தி பாட்டில்கள். அன்றைக்கு லல்லியும் அதிகமாகக் குடித்திருக்கிறாள். குடித்து முடித்ததும் மயக்கத்தில் அப்படியே படுத்துவிட்டிருந்தாள் லல்லி. அந்தப் பாவி அந்த நேரத்தில் பச்சை மிளகாயைக் கிள்ளி, லல்லி உதட்டில் தேய்த்து விட்டிருக்கிறான். எரிச்சலில் துடித்திருக்கிறாள். ஆனாலும், லல்லிக்கு போதை மயக்கத்தில் அவ்வளவாக எரிச்சல் தெரியவில்லை. நான்கு பேர் அவளுடன் உடலுறவு கொண்டிருக்கிறார்கள். நிதானத்துக்கு வந்ததற்குப் பிறகுதான் எரிச்சல் உறைத்திருக்கிறது லல்லிக்கு. அவளால் வாய்விட்டு அழக்கூட முடியவில்லை. அந்த அளவுக்கு உதடு வீங்கிப்போயிருந்தது. நடந்ததை லாட்ஜில் வந்து சொல்லியிருக்கிறாள். அதிலிருந்து லல்லி யார் கூப்பிட்டாலும் வெளியே போவதில்லை. அதனாலேயே அவள் ஜெயிலுக்குப் போக நேர்ந்தது.

ஒரு நாள், திடீரென்று லாட்ஜுக்குள் போலீஸ் ரெய்டுக்கு வந்துவிட்டது. லல்லி போலீஸிடம் மாட்டிக்கொண்டாள். சரியாகப் பேசி, பணம் கொடுத்துக் கூட்டிக்கொண்டு வர ஆளில்லாமல், கிட்டத் தட்ட ஆறுமாதம் கர்நாடகாவில் இருந்த ஒரு ஹோமில் கைதி போல இருந்திருக்கிறாள் லல்லி. அவள் ஹோமில் இருக்கும் விஷயத்தை அவளுடைய கணவர் நரேந்திரன் பேப்பரில் படித்திருக்கிறார். உடனே கிளம்பி வந்துவிட்டார். லல்லி நடந்ததை எல்லாம் மறந்துவிட்டுத் நரேந்திரனோடு வாழத் தயாராகிவிட்டாள். லல்லி இல்லாத சமயத்தில் ஒழுங்காக வேலைக்குப் போகாமல், குடித்துத் திரிந்ததில் நரேந்திரனுக்கு ரயில்வே வேலையும் போய்விட்டிருந்தது. லல்லி, குழந்தையைக் கூட்டிக்கொண்டு சென்னையில் குடியேறினாள்.

சென்னையில், என்னைப் போலவே லல்லிக்கும் சினிமா கம்பெனியில் தான் வேலை. எனக்கு ஒரு சாந்தி கிடைத்ததைப் போல லல்லிக்கும் ஒருத்தி கிடைத்தாள். எனக்கு முன்பாகவே லல்லி நலவாழ்வு சங்கத்தில் சேர்ந்துவிட்டாள். லல்லி, மும்பை வாழ்க்கையைச் சொல்லும் போதெல்லாம் என்னைப் போன்ற ஆட்களுக்கே உடம்பு கூசும். பயமாக இருக்கும். சிலபேர் ஒரு ராத்திரி முழுக்க வேண்டும் என்று சொல்லி, பணம் கொடுத்து அழைத்துக்கொண்டு போய் விடிய விடிய சித்ரவதை செய்வார்கள். சித்ரவதை என்றால், கற்பனைகூடச் செய்ய முடியாத சித்ரவதை. அதை எழுதக்கூடக் கூசுகிறது.

10. காப்பாற்ற வந்த கடவுள்!

நான் மையத்துக்கு தினமும் வந்து போவது மனதுக்கு ஆறுதலாக இருந்தாலும் வயிற்றுப் பாடு கழியவேண்டுமே? எனக்கு வேறு வேலையும் தெரியாது. எனக்குத் தெரிந்த ஒரே தொழில் உடலை விற்பதுதான். இது அவலமா? கேவலமா? கௌரவமா என்று தெரியாம லேயே இதுவரை வாழ்ந்துவிட்டேன்.

மையம் என்பது உடம்புக்கு நோய் வராமல் பாதுகாப்பதற்கு மட்டும் என்று நினைத்துக்கொள்வேன். கவலையாக இருக்கிறதா? கொஞ்சம் குடி. தெரிந்த கஸ்டமர்கள் யாராவது கூப்பிட்டால் போவது. இப்படி வாழ்க்கை நகர்ந்துகொண்டிருந்தது. எத்தனை நாளைக்குத்தான். வீட்டுக்குக் கூட்டிக்கொண்டு போகிற கஸ்டமர்கள் கிடைபார்கள்? வயிறு காய்ந்ததும் வேறு வழியில்லாமல் பாரிஸில் இருக்கிற அந்தோணியார் கோயிலுக்கு அருகே போக ஆரம்பித்தேன்.

பாய்கடை மேலே இருந்த லாட்ஜ். பழக்கமான இடம். டீசன்டான கஸ்டமர். இந்தத் தொழிலுக்கு நான் வந்ததில் இருந்தே போட்டி கிடையாது. தினமும் அந்தோணியார் கோயிலுக்கு அருகே நிற்பதும், லாட்ஜுக்கு போவதும் உடம்புக்கு ஒத்துக்கொள்ளவில்லை. மையத்திலும் பாட்டுப்பாடவோ, நாடகத்தில் நடிக்கவோ போனால், ஐம்பது ரூபாய்தான் தருவார்கள். நிரந்தரமான ஒரு வேலை இருந்தால் தேவலை என்று இருந்தது.

ஒரு நாள், இந்திய சமுதாய நலவாழ்வு நிறுவனத்தின் செயலாளர், ஹரிஹரன் சாரிடம் என் வாழ்க்கையைச் சொல்லி அழுதேன். கேட்டு விட்டு ஒரு நிமிடம் அமைதியாக இருந்தார்.

‘நான் இந்த அமைப்பின் செயலாளரா ஆகறதுக்கு முன்னாடி, இதே இடத்துல ஒரு திருமண தகவல் மையம் வச்சி நடத்திக்கிட்டு இருந்தேன். வேணும்னா, நீ அதுல வேலை செய். உனக்கு மாசம் ஆயிரத்து ஐநூறு ரூபா சம்பளமா தரேன். அதே நேரம், அமைப்புல வேற வேலைன்னு கூப்பிட்டாலும் போ!’ன்னு சொன்னாரு.

ஓரளவுக்கு அந்த வருமானம் போதும் என்றாலும், முழு வாழ்க்கையையும் நடத்தப் போதவில்லை. சில சமயங்களில் வேறு வழியில்லாமல், பாரீஸுக்குப் போய், அந்தோணியார் கோயில் அருகே நிற்பேன். நல்ல கஸ்டமராக வந்தால் லாட்ஜுக்குப் போவேன். பெரும்பாலும் ஆட்டோ டிரைவர்களே கஸ்டமர்களை கூட்டிக் கொண்டு வந்துவிடுவார்கள்.

ஒருநாள் அந்தோணியார் கோயிலுக்கு அருகே நின்று கொண்டிருந் தேன். சென்னையில், திருவல்லிக்கேணி, தி.நகர்., பாரீஸ் ஆகிய இடங்களுக்கு 'பிக்கப் பாயிண்ட்', 'ஹாட்ஸ்பாட்' என்று பெயர். பெரும்பாலும் இந்த இடங்களில்தான் பாலியல் தொழில் செய்பவர்கள் இருப்பார்கள். அப்போதுதான் நான் அவளை கவனித்தேன். அந்தப் பெண்ணுக்கு இருபத்தைந்து வயதுதானிருக்கும். கையில் ஒரு குழந்தை. ரோட்டில் நின்றுகொண்டிருந்தாள். அவள் ஒரு பாலியல் தொழிலாளி என்பது பார்த்தாலே தெரிந்தது. எங்களுக்கு அவர்களை அடையாளம் தெரிந்துவிடும். தலையில் வகுடெடுத்ததிலிருந்து, புடைவை கட்டிய விதத்திலிருந்து ஆளைப் பார்த்தாலே 'இவள் நம்ம ஜாதி' என்று எங்களுக்குத் தெரிந்துவிடும்.

நான் அவளருகே போனேன்.

'யாரும்மா நீ? யாரைத் தேடறே?' என்று கேட்டேன்.

அவள், பதில் சொல்லாமல், பித்துப் பிடித்தவளைப் போல நின்று கொண்டிருந்தாள். பார்த்தாலே பசியோடு இருக்கிறாள் என்பது தெரிந்தது. மறுபடியும் நான் கேட்டும்கூடச் சொல்வதற்குத் தயங்கினாள்.

'சரி. வா! காபி குடிப்போம். அப்புறம் பேசுவோம்' என்று சொல்லி அவளைப் பக்கத்தில் இருந்த ஒரு ஹோட்டலுக்கு அழைத்துப் போனேன். அவளுக்கும் நான் ஒரு பாலியல் தொழிலாளி என்பது தெரிந்துவிட்டது. அந்தக் குழந்தைக்கு மிஞ்சிப் போனால் ஒரு வயது தான் இருக்கும். அவளைப் பார்க்கவே பாவமாக இருந்தது. அவள் காபி குடித்து முடிக்கிற வரைக்கும் எதுவும் பேசவில்லை. பிறகு மெல்ல தன்னைப் பற்றிச் சொல்ல ஆரம்பித்தாள்.

'அக்கா! என் பேரு வாசுகி. ஆந்திராவுல இருக்குற ரேணுகுண்டா பக்கத்துல ஒரு கிராமம்தான் என் சொந்த ஊர். ரெண்டு வருஷத்துக்கு முன்னாடி ஒருத்தனை காதலிச்சேன். வீட்டுல ஒத்துக்கல. ரெண்டு பேரும் மெட்ராசுக்கு ஓடி வந்துட்டோம். இங்க ஒரு வீட்டை வாடகைக்கு எடுத்துத் தங்கியிருந்தோம். எல்லாம் நல்லாத்தான் போய்க்கிட்டு இருந்துச்சு. நான் மாசமாயிட்டேன். நான் ஏழுமாச கர்ப்பமா இருந்தப்போ, அவன் ஓடிப் போயிட்டான். எங்க

போனான்னே தெரியல. அக்கம்பக்கத்துல இருந்தவங்கதான் எனக்குப் பிரசவம் பாத்தாங்க.' இதைச் சொல்லி முடிப்பதற்குள்ளேயே தேம்பித் தேம்பி அழ ஆரம்பித்துவிட்டாள். நான் அதற்கு மேல் அவளிடம் எதையும் கேட்க விரும்பவில்லை.

நான் வாசுகியை கூட்டிக்கொண்டு நேராக அண்ணா நகருக்குப் போனேன். முதல் காரியமாக அவளுக்குச் சாப்பாடு வாங்கிக் கொடுத்தேன். அவள் கையில் இருந்த குழந்தை என்னையே பார்த்துக் கொண்டு இருந்தது. சாப்பிட்டு முடித்ததும் கொஞ்சம் தெளிவாக இருந்தாள் வாசுகி.

'ஏம்மா! காலையில சரியா சாப்பிடலையா?'

'இல்லக்கா! இன்னைக்கு காலையிலதான் ஹோம்ல இருந்தே ரீலீஸானேன்.'

'ஹோமா? அங்க எப்பிடி போனே?'

'குழந்தை பொறந்த ஒரு மாசத்துல வீட்டு ஓனர் வீட்டை காலி பண்ணச் சொல்லிட்டாரு. மூணு மாசமா வாடகை தராம இருந்தா யார்தான் விடுவாங்க? பக்கத்து வீட்டுல செல்வின்னு ஒருத்தி இருந்தா. அவ சொன்னா: 'இப்ப இருக்குற நிலைமையில உனக்கு யாரும் வேலை தரமாட்டாங்க. உனக்கு இங்க யாரையும் தெரியவும் தெரியாது. உதவி செய்யறதுக்கும் ஆள் இல்ல. பேசாம பாலியல் தொழில் செய்யி. சின்ன வயசா இருக்குறதால இப்ப பணம் சம்பாதிச்சாதான் உண்டு. நான் கூட இப்ப அந்தத் தொழில்தான் செஞ்சிக்கிட்டுருக்கேன். இந்த தெருவுல யாருக்கும் தெரியாது. வேணும்னா எங்கூட வா!'

'அவ இப்பிடிச் சொன்னதும் எனக்கு மனசு தாங்கலை. போயும் போயும் இந்தத் தொழிலைச் செஞ்சா பிழைக்கணும்னு வீட்டுக்கு ஓடி வந்துட்டேன். கதறி அழுதேன். அப்புறம் யோசிச்சுப் பாத்தேன். எப்பிடித்தான் வாழுறது? இதைவிட்டா வேற வழியில்லன்னு தெரிஞ்சு போச்சு. அடுத்த நாள் காலையில செல்வி வீட்டுக்குப் போனேன். ரெண்டுபேரும், மயிலாப்பூர் சாய்பாபா கோயில்கிட்ட போனோம். அது ஒரு பழைய காலத்து வீடு. அங்க என்னை மாதிரியே நிறைய பொண்ணுங்க இருந்தாங்க. எனக்கு ஆளுங்க வந்தப்போ, செல்வி என் குழந்தைய பாத்துக்கிட்டா. குழந்தை பொறந்து ஒரு மாசம்தான் ஆயிருந்திச்சி. நாலு பேருக்கு மேல என்னால முடியல. ஆளுக்கு நூத்தி ஐம்பது ரூபான்னு கணக்குப் பண்ணி, அந்த வீட்டுக்காரர்கிட்ட அரநூறு ரூபா வாங்கி குடுத்தா செல்வி. அதை வச்சு, வீட்டு வாடகைய குடுத்தேன். வீட்டுக்குக் கொஞ்சம் பொருள் வாங்கிப் போட்டேன். மனசுக்குப் பிடிக்காத வேலைன்னாலும், வேற தொழில் தெரியாததால

அதையே தொடர்ந்து செஞ்சிக்கிட்டிருந்தேன், கைக்குழந்தையோட. அப்பதான் ஒரு நாள், போலீஸ் ரெய்டுக்கு வந்துட்டாங்க. என்னோட சேர்த்து ஆறு பேரையும் மூணு கஸ்டமரையும் போலீஸ் புடிச்சாங்க. ஆம்பளைங்கள விட்டுட்டாங்க. எங்க ஆறுபேருக்கும் ஒரு வருஷம் தண்டனை குடுத்துட்டாங்க. நாங்க ஆறுபேரும் ஹோமுக்கு போயிட்டோம்.'

'ஹோம்னா என்ன? அது எப்பிடி இருந்துச்சு?'

'அக்கா! ஹோம்னா வேற ஒண்ணுமில்ல. பொம்பளங்க ஜெயில். உள்ளே போன உடனே காதுல கழுத்துல இருந்த எல்லாத்தையும் கழட்டி வாங்கிட்டாங்க. குழந்தையை நான் என் கூடவே கூட்டிக்கிட்டு போயிட்டேன். பச்சை கலர்ல ரெண்டு புடவையும், வெள்ளை கலர்ல ஜாக்கெட்டும் குடுத்தாங்க. உள்ள என்னைப்போலவே நெறைய பொம்பளைங்க இருந்தாங்க. பெரிய ஹால் ஒண்ணு இருந்துச்சு. முப்பது பேரு தங்கற மாதிரி இடம். கும்பலா அங்கதான் படுத்து கிட்டோம். காலையில எழுப்பி விடுவாங்க. குளிச்சிட்டு வந்துட்டா எட்டரை மணிக்கு கோதுமை இல்லன்னா கேழ்வரகு கஞ்சி ஊத்து வாங்க. மத்தியானம் பன்னண்டரை மணிக்கு சாம்பார், மோரோட ஒரு சாப்பாடு. ராத்திரியிலயும் அதே சாப்பாடுதான். என்கூட இருந்தவங் களைப் பாக்குறதுக்கு சொந்தக்காரங்க நிறையப்பேர் வந்தாங்க. என்னைப் பாக்குறதுக்கு யாருமே வரல. யாராவது இருந்தாதானே வர்றதுக்கு. எந்தப் பாவமும் செய்யாத என் குழந்தை,என்னோடச் சேந்து தண்டனை அனுபவிச்சிட்டு இருந்துச்சு. ஒவ்வொரு நாளும் ஒவ்வொருத்தர் அவங்க கதையச் சொல்லி அழுதுகிட்டே இருப்பாங்க. ஒரு வருஷம் எப்பிடியோ போயிடுச்சி. இன்னைக்குத்தான் விடுதலை ஆனேன். அப்பதான் உள்ள இருந்தவங்க, 'பாரீஸ் பஸ் ஸ்டாண்டுகிட்ட இருக்குற அந்தோணியார் கோயில் கிட்ட போ! அங்க போனா தொழில் செஞ்சி பொழச்சிக்கலாம்'னு சொன்னாங்க. அதுனாலதான் இங்க வந்தேன். நல்ல வேளையா உங்களப் பாத்தேன்.'

வாசுகியைப் போல நிறைய பெண்கள் யாரையாவது நம்பி வந்து இப்படிச் சீரழிவது தினமும் நடக்கிற ஒன்றாக ஆகிவிட்டது. சங்கத்துக்கு முதன் முறையாக வருகிறவர்கள் எதையும் வாய் திறந்து சொல்ல மிகவும் கூச்சப்படுவார்கள். இரண்டு மூன்று நாள் பேசிப் பழகியதற்குப் பிறகு, ஒன்றுவிடாமல் எல்லாவற்றையும் கொட்டி விடுவார்கள். ஆனால் வாசுகி அப்படி இல்லை. என்னைப் பார்த்த முதல் நாளே, எல்லாவற்றையும் சொல்லி அழுதுவிட்டாள். இந்தத் தொழிலுக்கு வந்துவிட்ட பெரும்பாலான பெண்களுக்கு குடிக்கிற பழக்கம் இருக்கும். வாசுகியும் அப்படித்தான். கொஞ்ச நாளைக்கு நானும் வாசுகியும் சேர்ந்தே தொழிலுக்கு போனோம்.

சங்க வேலை அதிகமாகிவிட்டதால், நான் வெளியே போவது குறைந்து போனது. அந்த நேரத்தில், தமிழகம் முழுவதும், எய்ட்ஸ் பற்றிய விழிப்புணர்வு நாடகம் போடுவதற்காக, எங்களோடு நாடகத்தில் நடிக்க 'பிரகாஷ்' என்று ஒருவர் வந்திருந்தார்.கிட்டத்தட்ட இருபது நாள்கள் எங்கள் கூடவே இருந்தார். என்னைவிட வயதில் இளையவர். தவில் வாசிப்பதில் படுகில்லாடி.

தினமும் இரவு பத்து மணிவரைக்கும் தெருவில் நாடகம் போடுவோம். பிறகு எங்கேயாவது தங்குவதற்கு இடம் ஏற்பாடு செய்து கொடுப் பார்கள். அன்றைக்குக் காஞ்சிபுரத்தில் நிகழ்ச்சி.நாடகம் போட்டு முடிந்த பிறகு, எல்லோரும் அறைக்குத் திரும்பினேன். நான் ஆடைகளை மாற்றிவிட்டு, அறைக்கு வெளியே வந்து நின்றேன். உடம்பு ரொம்ப அசதியா இருந்தது. கொஞ்சம் குடித்தால் தேவலை என்று தோன்றியது. பிரகாஷ் அந்தப் பக்கமாக வந்தார்.

'என்ன கலைவாணி! வெளியே நின்னுட்டீங்க?'

'ஒண்ணுமில்லீங்க. கடைக்கு போகணும். அதான் யாராச்சும் இருக்காங் களான்னு பாக்க வந்தேன்.'

'என்ன வேணும்?'

'ஒண்ணுமில்ல. உடம்பு ரொம்ப வலியா இருக்கு. அதான்...'

'அட இவ்வளவுதானா? என் ரூம்ல ஒரு ஃபுல் பாட்டில் இருக்கு' என்றார். நான் அவர் அறைக்குப் போனேன். அவருடன் உட்கார்ந்து குடிக்க ஆரம்பித்தேன். போதை தலைக்கேறியதும் எல்லோரையும் போலவே வசனம் பேச ஆரம்பித்துவிட்டார் பிரகாஷ். கேட்டுக் கேட்டுப் புளித்துப் போன வசனம். 'நான் உன்னைக் கல்யாணம் பண்ணிக்கிறேன்.' ஆனால், எனக்கு பிரகாஷுக்கு ஏதாவது செய்ய வேண்டும் என்று தோன்றியது. அன்று இரவு முழுக்க அவருக்கு மனைவியாக இருந்தேன்.

பிரகாஷ் ரொம்ப நல்லவர். எங்களுடன் இருந்த லட்சுமி என்கிற ஒரு பாலியல் தொழிலாளியைத் திருமணம் செய்துகொண்டார். மகாபலி புரத்தில், அந்தப் பெண்ணுடனேயே கடைசி வரைக்கும் வாழ்ந்தார். குடிப்பழக்கம் அதிகமாகிவிட்டது. ஒரு முறை அவர், ஆரணி போயிருந்தபோது, அறையிலேயே அதிகமாகக் குடித்துவிட்டு இறந்து போனார். இந்தச் செய்தியைப் பின்னால் கேள்விப்பட்டேன்.

இளைய மகனை ஹாஸ்டலில் சேர்த்துப் படிக்க வைத்துக் கொண்டிருந்தேன். அவன் விடுமுறையில் வந்தபோதெல்லாம், என்னுடைய பெரிய அண்ணன் வீட்டில் தங்க வைத்தேன். ஒரு முறை

அப்படி விடுமுறையில் வந்திருந்தபோது, பேக்கும் டிரஸ்ஸும் வேண்டும் என்று கேட்டிருந்தான். நானும் என் அண்ணியும் அவனைக் கூட்டிக்கொண்டு பூக்கடை போலீஸ் ஸ்டேஷன் பக்கம் போனோம். பொருள்களையெல்லாம் வாங்கிவிட்டு ஓர் இடத்தில் நின்று கொண்டிருந்தோம். அப்போது, அந்தப் பக்கமாக மப்டியில் ஒரு போலீஸ்காரர் வந்தார். ஒரு தடவை, நான் பாய்கடை அருகே இருந்த ரூமில் இருந்தபோது, காசு கொடுக்காமல் வேலையை முடித்துவிட்டுப் போனவர் அவர். அது போதாதென்று, என்னிடம் வாரா வாரம் மாமூல் வாங்க ஆரம்பித்திருந்தார். நான் மையத்தில் சேர்ந்த பிறகு அதிகமாக இந்தப் பக்கம் வரவில்லை. அன்றைக்கு என்னைப் பார்த்ததும் நான் தொழில் செய்யத்தான் வந்திருக்கிறேன் என்று நினைத்துவிட்டார்.

'யேய்! கலைவாணி! என்னாடி இங்க நிக்கிறே?' என்றார்.

எனக்குக் குலை நடுங்கிப்போனது. என் பையன் கூட இருக்கிறான். என் அண்ணி என்னை வெறித்துப் பார்க்கிறாள். விஷயம் தெரிந்தால் அவ்வளவுதான். என் மகன் என்னைவிட்டுப் பிரிந்து போய்விடுவான். நான் செத்தே போய்விடுவேன். நான் அவரைத் தனியாக அழைத்துப் போனேன்.

'என்ன சார் இப்படி பேசறீங்க?' என்றேன்

'அதை விடுறி. அது யாரு புது அயிட்டமா?' எனக்குக் கோபம் தலைக்கேறியது. அந்த போலீஸ்காரனை அடித்தே கொல்ல வேண்டும் போல ஓர் ஆத்திரம் எழுந்தது. என் மகனும் அண்ணியும் என்னையே பார்த்துக்கொண்டிருந்தார்கள்.

'யேய்! அவளை இங்க கூப்புடு!'

அவ்வளவுதான். எனக்கு எங்கிருந்து அவ்வளவு தைரியம் வந்தது என்று தெரியவில்லை. 'சார்! இந்த மாதிரியெல்லாம் பேசாதீங்க. இது நல்லதுக்கில்ல. அவங்க அப்படிப்பட்டவங்க இல்ல.' என்று முகத்தில் அடித்த மாதிரி சொல்லிவிட்டு, அண்ணியை நோக்கி நடந்தேன்.

என் மகனின் முகத்தில் கோபம் கொப்பளித்துக்கொண்டிருந்தது. 'அம்மா! யாரும்மா அந்தாளு? உன்னை வாடி போடின்னு கூப்பிடுறான்! ஏன் இந்த மாதிரி ஆளுங்ககிட்டல்லாம் பழக்கம் வச்சுக்குறே?'

'அது ஒண்ணுமில்லப்பா. என்கூட வேலை செய்யற ஆளு. அடுத்து வாரம் ஒரு விழிப்புணர்வு நாடகம் நடத்தணும். சோஷியல் ஒர்க்குன்னா இப்படித்தான் பழகுவாங்க. நீ ஒண்ணும் நெனைச்சிக் காத!' என்று மகனை ஒரு வழியாகச் சமாதானப்படுத்தினேன். ஆனால் அண்ணி எதுவும் கேட்டுக்கொள்ளவில்லை. ஒரு வேளை அண்ணிக்குத் தெரிந்திருக்குமோ என்று எனக்கு பயமாக இருந்தது.

நான் என் மகனை அண்ணன் வீட்டில் விட்டுட்டு வடபழனிக்கு வந்துவிட்டேன். இரவு முழுக்கத் தூக்கமே இல்லை. என் மகனுக்கும், அண்ணிக்கும் தெரிஞ்சிருந்தால் என்ன ஆகும்? அண்ணி, அண்ணனிடம் சொல்லிவிடுவாள். என் மகன் இப்போது குழந்தை இல்லை. பெரியவனாக வளர்ந்துவிட்டான். அவன் என்ன செய்வான் என்று என்னால் கற்பனைகூடச் செய்து பார்க்க முடியவில்லை.

மறுநாள் பயந்தபடி அண்ணன் வீட்டுக்குப் போனேன். அண்ணி வழக்கம் போலப் பேசினாள். என் மகனும் ஆசையோடு ஓடிவந்து என் அருகில் உட்கார்ந்து கொண்டான். 'அப்பாடா! இவர்கள் சந்தேகிக்கவில்லை' என்பதே எனக்கு நிம்மதியாக இருந்தது. அன்று முழுக்க அங்கேயே இருந்துவிட்டு, என் மகனை ஹாஸ்டலுக்கு வழியனுப்பி வைத்துவிட்டு வடபழனிக்கு வந்தேன்.

★

மையத்தில் பாலியல் தொழிலாளிகளுக்கு கவுன்சிலிங் கொடுப்பதுதான் எனக்கு முக்கிய வேலை. அவர்களில் நிறையபேர் என்னிடம் நெருக்கமாகப் பழகுவார்கள். பல பேர் என் வீட்டுக்கும் வருவார்கள். நான் குடியிருந்த வடபழனி தெருவில், கடைசி வீட்டில் இருந்த ஜெயலட்சுமி என்கிற பெண் இதையெல்லாம் பார்த்துக்கொண்டே இருந்திருக்கிறாள். ஜெயலட்சுமி பாலியல் தொழில் செய்கிற பிரபலமான ஏஜெண்ட். பல பெண்கள் என் வீட்டுக்கு வந்து போவதைப் பார்த்துவிட்டு நானும் தொழில் செய்வதாக நினைத்துவிட்டாள். என்னை வீட்டைக் காலி பண்ணத் திட்டம் போட்டாள். நேரடியா என்னிடம் கேட்டிருந்தால், நான் விளக்கம் சொல்லியிருப்பேன். ஆனால் அவள் அப்படிச் செய்யவில்லை. அதே பகுதியில் இருக்கிற தர்மா என்ற ரௌடியிடம் சொல்லியிருக்கிறாள்.

ஒரு நாள் இரவு பத்து மணி. சசி, சீனு, ராமசாமி மூன்று பேர் என் வீட்டுக் கதவைத் தட்டினார்கள். அவர்களின் பெயரெல்லாம் எனக்குப் பின்னால்தான் தெரிந்தது. அவர்கள் தர்மாவின் அடியாட்கள். நன்றாகக் குடித்திருந்தார்கள். நான் கதவைத் திறந்ததும் ஒருவன் உள்ளே நுழைந்துவிட்டான். மற்ற இருவரும் வாசலில் உட்கார்ந்திருந்தார்கள்.

'நீங்கல்லாம் யாரு? எதுக்கு வந்திருக்கீங்க?'

'எல்லாம் தெரியும்டி. நீ பொம்பளைங்கள வச்சி பிராத்தல்தானே பண்றே? இந்த நேரத்துக்கு உன் வீட்டுக்கு எதுக்கு வருவாங்க? சரி, சரி. யாராவது இருந்தா கூப்புடு!' என்றான் உள்ளே வந்தவன்.

'நீங்க நெனைக்கிற மாதிரியெல்லாம் இங்க ஒண்ணும் இல்ல. மரியாதையா வெளிய போயிடுங்க. இல்லைன்னா சத்தம் போட்டு ஊரைக் கூட்டுவேன்.'

அவன் கொஞ்சமும் பயந்த மாதிரியே தெரியவில்லை.

'என்னா பயந்துடுவேன்னு நினைச்சியா? நீ யாரை வேணும்னாலும் கூப்புடு. நாங்க தர்மாவோட ஆளுங்க. எங்க ஏரியாவுல தொழில் நடத்தறதுக்கு நீதான் முறையா மாமூல் குடுத்திருக்கணும். நீயும் ஒரு வருஷமா தொழில் பண்றே? வாரத்துல ஒரு சின்ன ஃபிகரையாச்சும் எங்களுக்கு சப்ளை பண்ணியிருக்கியா? அதான் மொத்தமா கழிச்சிட்டுப் போறதுக்கு நாங்க மூணு பேரா வந்திருக்கோம்.'

சத்தம் போட்டு ஊரைக் கூட்டலாம். உதவிக்கு அக்கம் பக்கத்தில் இருப்பவர்கள் வரத்தான் செய்வார்கள். ஆனால், என் மானம் போய் விடுமே! வீட்டு ஓனர் வீட்டை காலி பண்ணச் சொல்லிவிடுவார். வேறு வீடு கிடைப்பது கடினம். சாதாரண வேலையில் இருப்பவர்களுக்கே சென்னையில் வீடு கிடைப்பது கடினம். நான் என்ன தொழில் செய்கிறேன் என்று தெரிந்தால் எப்பேர்ப்பட்ட நல்லவனும் அடித்து துரத்திவிடுவான். இவர்களுக்கு அனுசரணையாகப் போவதைத் தவிர வேறு வழியில்லை. இன்றைக்கு என்று பார்த்து என்னுடன் யாரும் வர வில்லை. முன்னைப் போல உடம்பு ஒத்துழைக்க மறுக்கிறது. வயது வேறு ஆகிக் கொண்டே போகிறது.

பயந்துகொண்டே ஒரு வழியாக சம்மதித்தேன். மூவரும் உள்ளே வந்தார்கள். கதவை அடைத்தார்கள். ஒவ்வொரு ஆளாக பெட்ரூமுக்குள் நுழைந்தார்கள். சீனுதான் கடைசியாக வந்தான். வந்தவன் விடிகிற வரை வெளியே போகவே இல்லை. அவன் தொந்தரவை என்னால் தாங்கவே முடியவில்லை.

அந்தக் கதை தொடர்ந்தது. வாரத்துக்கு ஒரு முறை, இரண்டு மூன்று பேர்களாக வருவார்கள். செலவுக்குப் பணம் கேட்டு மிரட்டுவார்கள். கூட யாராவது பெண்கள் இருந்தால், அவர்களையும் உறவுக்கு அழைப்பார்கள். ஒரு பைசா கூடக் கொடுக்க மாட்டார்கள். வழியில் பார்த்தால், வழி மறித்துக்கொண்டு நிற்பார்கள். பொது இடத்தில் எதைப் பற்றியும் கவலைப்படாமல் மேலே கை போடுவார்கள். தொட்டுப் பேசுவார்கள். அங்கே, இங்கே தட்டுவார்கள். நான் அவமானத்தில் புழுப்போல நெளிவேன். ஒரு கட்டத்தில் அவர்களுடைய சித்ரவதையைத் தாங்க முடியாமல் வடபழனி வீட்டைக் காலி செய்தேன்.

மூலக்கடையில் குடியேறினேன். குடியேறிய கொஞ்ச நாளிலேயே அதே பகுதியைச் சேர்ந்த குமார் என்பவர் பழக்கமானார். அவர் ஒரு கண்ணாடிக் கடை வைத்திருந்தார். அவர் கஸ்டமராக இல்லாமல் யதேச்சையாகப் பழக்கமானவர். என்னையும் ஒரு பெண்ணாக மதித்து, என்னுடனேயே இருந்தார். வாரத்துக்கு மூன்று நாள் வருவார். மாதா மாதம் வீட்டுக்கான வாடகைப் பணத்தைக் கொடுத்துவிடுவார்.

ஞாயிற்றுக்கிழமைகளில், கறி, மீன் என்று வாங்கிப் போடுவார். வீட்டுக்கு வேண்டிய எல்லாப் பொருள்களையும் வாங்கிக் கொடுப்பார்.

என்னிடம் அவருக்குப் பிடிக்காத ஒன்றே ஒன்று, என்னுடைய குடிப்பழக்கம். அவர் எவ்வளவோ சொல்லியும், அந்தப் பழக்கத்தை என்னால் விட முடியவில்லை. வலி, தூக்கம், சந்தோஷத்துக்கு என்று பழகிய குடிப் பழக்கம். கடைசியில் அது இல்லாமல் என்னால் இருக்க முடியாது என்கிற நிலைமைக்குப் போய்விட்டது. என்னுடைய இரண்டாவது மகன் குமாரை அப்பா என்றே நினைக்க ஆரம்பித்து விட்டான். அவர் என் வாழ்க்கைக்குள் வந்தபிறகு நானும் கஸ்டமர் களைத் தேடிப் போவதைச் சுத்தமாக விட்டுவிட்டேன். மையத்தில் தருகிற சம்பளம் போதுமானதாக இருந்தது. கூடவே குமார் இருந்த தால், கஷ்டமில்லாமல் வாழ்ந்து வந்தேன். அவருக்கும் ஏற்கெனவே திருமணமாகி, மனைவி, குழந்தைகள் இருந்தார்கள். நான் குடியிருந்த தெருவுக்கு அடுத்த தெருவில்தான் அவர் வீடு. இத்தனைக்கும் அவர் வருவது அவர் வீட்டில் இருக்கும் யாருக்கும் தெரியாது.

ஒரு கட்டத்தில் என் போன்ற பெண்கள் சிலர் இணைந்து, 'இந்திரா பெண்கள் முன்மாதிரி சங்கம்' என்ற ஒரு அமைப்பைத் தொடங் கினோம். சுதந்தரமாக செயல்படுவது, பெண்களும் குழந்தைகளும் கடத்தப்படுவதைத் தடுப்பது, பெண்களின் உரிமைகளைப் பாது காப்பது, கூடவே நம்மால் முடிந்த உதவிகளை என்னைப் போல பாதிக்கப்பட்ட பெண்களுக்கு செய்வது இதுதான் அதன் நோக்கம். நான் அதில் முக்கிய பொறுப்பாளராகச் செயல்படத் தொடங்கினேன்.

அப்போதுதான், இந்தியா முழுவதுமுள்ள பாலியல் தொழிலாளிகளின் பிரச்னைகளை விவாதிக்க ஒரு தன்னார்வத் தொண்டு நிறுவனம் ஏற்பாடு செய்தது. அதற்கான கூட்டம் கல்கத்தாவில் நடந்தது. எங்களுடைய 'இந்திரா பெண்கள் முன்மாதிரி சங்க'த்தின் சார்பில் நாங்கள் பத்துபேர் போக முடிவு செய்தோம். எங்கள் எல்லோருக்கும் அந்த நிறுவனமே ரயில் டிக்கெட் ஏற்பாடு செய்து கொடுத்தது. நானும் என் தோழிகளும் கல்கத்தா செல்வது அதுதான் முதன்முறை. எனக்கு இந்தியோ, வங்காளமோ தெரியாது. கல்கத்தாவில் எப்படி சமாளிப்பது என்று குழம்பிக் கொண்டிருந்தேன். நான் அந்த அளவுக்கு பயப் பட்டிருக்கவே தேவை இல்லை. எங்கள் குழுவில் 'ஷாயி' என்ற முஸ்லீம் பெண் ஒருவர் இருந்தாள். ஷாயிக்கு தமிழ், தெலுங்கு, உருது, இந்தி என பலமொழிகள் பேசத் தெரிந்திருந்தது. அவளும் என்னைப் போலவேதான். பாலியல் தொழிலில் தள்ளப்பட்டவள். காதல் திருமணம் செய்துகொண்டவள். கன்னட நடிகை ஸ்ரீசாந்தியிடம் கொஞ்ச நாள்களுக்கு டச்சப்கேர்ளாக வேலை செய்திருக்கிறாள். என்னிடம் பழக ஆரம்பித்த கொஞ்ச நாளிலேயே ஒரு நாள் என்னைத்

தனியாக அழைத்தாள். தன்னுடைய கதை மொத்தத்தையும் கொட்டித் தீர்த்துவிட்டாள்.

'கலைவாணி! அப்போ நான் ஸ்ரீ சாந்திகிட்ட வேலை பாத்துக்கிட்டு இருந்தேன். அப்போ ஒரு ஏஜெண்ட் வந்து என்னைப் பாத்தான். கோவாவுல ஒரு நடிகைக்கு டச்சப் போட ஆள் வேணும்மா. நல்ல சம்பளம் தருவாங்க. போறியா?ன்னு கேட்டான். எனக்குக் குடும்பக் கஷ்டம். தங்கைக்குத் திருமண ஏற்பாடு செஞ்சுக்கிட்டு இருந்தாங்க. நெறய சம்பளம் கெடைக்குதுன்னா கோவாவுக்குப் போகலாமேன்னு நானும் ஒத்துக்கிட்டேன். கோவா, பெரிய நடிகை கிட்ட வேலைங் கறது ரொம்ப சந்தோஷமா இருந்துச்சு. ஒருவழியா கோவா போய்ச் சேர்ந்தேன். என்னை கூட்டிக்கிட்டு போன ஏஜெண்ட் ரெண்டாயிரம் ரூபாயை எங்க வீட்டுல குடுத்துட்டுதான் கூட்டிக்கிட்டு போனான். போன இடத்துல என்னை ஒரு வீட்டுல ஒப்படைச்சுட்டு அந்த ஆள் போயிட்டான். அந்த வீட்டுல நெறைய பொண்ணுங்க இருந்தாங்க. எல்லாருமே வேற வேற மொழி பேசினாங்க. நான் முஸ்லீம் பொண்ணுங்கறதால எனக்கு உருது, இந்தி நல்லா தெரிஞ்சிருந்தது. என்கூட இருந்த பொண்ணுகிட்ட பேச்சுக் குடுத்தேன். நடிகை எப்போ வருவாங்க?ன்னு இந்தியில கேட்டேன்.

'நடிகையா? இங்கல்லாம் நடிகர்கள்தான் வருவாங்க. அவங்க சொல்றதயெல்லாம் கேட்டு நடிக்கறதுக்கு நடிகைகள் நாம இருக்கோமே !'ன்னு சொன்னா.

எனக்கு ஒண்ணும் புரியலை. நான் முழுசா குழம்பிப் போயிட்டேன். திரும்பவும் அவகிட்ட பேச்சுக் குடுத்தேன். அவ சொன்னதை என்னால ஜீரணிக்கவே முடியலை. என்னை கூட்டிக்கிட்டு வந்த ஏஜெண்ட் கோவாவுல ஒரு விபச்சாரக் கும்பல்கிட்ட அம்பதாயிரத்துக்குப் பேரம் பேசி என்னை வித்துட்டுப் போயிட்டான். மூணு நாள் கழிச்சு, என்னை விபச்சாரம் செய்யச் சொன்னாங்க. நான் ரொம்பச் சின்னப் பொண்ணு. பாக்கறதுக்கு அழகா இருந்தாலும், சினிமா கம்பெனியிலகூட யாரும் என்கிட்ட தப்பா நடந்துக்கிட்டதில்ல. ஆனா, கோவாவுல என்னை விடற மாதிரி தெரியல. பத்து பொண்ணுங்களுக்கு நடுவுல நான் உக்காந் திருந்தாலும் வர்றவன் கையெல்லாம் நான் தான் வேணும்னு நீட்டுது. எனக்கு என்ன பண்றதுன்னே தெரியல. பயந்துபோய்க் கிடந்தேன்.

நடுவுல அந்த இந்திப் பொண்ணு என்னைத் தனியா கூப்பிட்டா. 'ஷாயி! தப்பிச்சிப் போயிரலாம்னு ஏதாவது திட்டம் வச்சிருந்தேன்னா அதை விட்டுடு. இவங்க கொலையே பண்ணிடுவாங்க. நேத்து ராத்திரி அவங்க பேசினதை நான் கேட்டேன். இங்க இருக்குற எல்லாரையும் விட உனக்குத்தான் அதிக ரேட்டாம். உன் கலரையும், வயசையும் பாத்துட்டுத்தான் அவ்வளவு பணம் குடுத்தாங்களாம். அதனால

உன்னைத்தான் நம்பிக்கிட்டு இருக்காங்க. நீ தப்பிச்சி போகணும்னு நெனைச்சது அவங்களுக்குத் தெரிஞ்சாக்கூட உன்னை சித்ரவதை பண்ணிடுவாங்க. போன மாசம் ஒரு பொண்ணு தப்பிச்சு போகப் பாத்தா. கம்பிய அனல்ல போட்டுக் காய்ச்சி அதால, அவ நடுத் தொடையில சூடு போட்டுட்டாங்க. பாவம் அந்தப் பொண்ணு. ரணம் கூட ஆறல. வர்றவனுங்க கூடப் படுத்து எந்திரிச்சுக்கிட்டு இருக்குது. அப்புறம் அவளை ஒரு விலை பேசி வேற ஒரு ஏஜெண்ட்டுக்கு வித்துட்டாங்க. மனசுல வச்சிக்கோ. உன்னை பாக்கறதுக்கு பாவமா இருக்கு.'ன்னு சொன்னா.

நானும் கொஞ்ச கொஞ்சமா மனசை மாத்திக்க ஆரம்பிச்சேன். கோவாவுல ஒரு பெரிய பார் இருக்குது. பார் ஓனருக்கும் எங்களை வச்சிருந்த ஏஜெண்டுக்கும் ஒரு ஒப்பந்தம். குடிக்க வர்றவங்க கிட்ட பக்கத்துல உக்காந்து சரக்கு ஊத்திக் குடுக்கணும். அவங்களுக்கு புடிச்ச மாதிரி நடந்துக்கணும். அவங்களால எவ்வளவோ முடியுதோ, அவ்வளவு குடிக்க வைக்கணும். அப்பத்தான் பார் முதலாளிக்கு லாபம் கிடைக்கும். அவங்க நம்மள சீண்டினாலும் கண்டுக்காம இருக்கணும். கஸ்டமரை கவர் பண்ற மாதிரி டைட்டா டிரஸ் எடுத்து குடுப்பாங்க. அதத்தான் போட்டுக்கணும். ஒரு நாளைக்கு அஞ்சுல இருந்து ஆறு கஸ்டமரை இது மாதிரி கவனிச்சு, அதுக்கப்புறம் அவங்களை எங்க எடத்துக்குக் கூட்டிக்கிட்டு வந்து அவங்களோட ஜாலியா இருக்கணும். இதுக்கு ஏஜெண்ட் எப்படியும் ஒரு ஆளுக்கு 500 ரூபாய்லருந்து 2000 ரூபாய் வரைக்கும் பேசி வாங்கிடுவாங்க. எவ்வளவோ பெரிய ஆள் வந்தாலும் எங்களுக்கு நூறு ரூபாய்க்கு மேல தரமாட்டாங்க.

அப்ப அங்க இருந்தவங்க கொஞ்சம் கூட கூச்சப்படாம இதையெல்லாம் செய்வாங்க. எனக்குப் பழக்கமில்லையா? ரொம்பக் கூச்சப் படுவேன். ஒவ்வொரு நாளும் பார்ல உக்காந்து கஸ்டமரை பிக்கப் பண்ணணும். என்கூட இருக்கறவங்க முதல் கஸ்டமரை பிக்கப் பண்ணும்போதே கொஞ்சமா சரக்கை உள்ளே விட்டுடுவாங்க. அப்பதான் கஸ்டமர் எங்க கைய வச்சாலும் வெக்கப்படாம அவர்கூட இருக்க முடியும். என்கூட இருந்த ஒருத்தி இதை எனக்குச் சொல்லிக் குடுத்து என்னையும் குடிக்கச் சொன்னா. எங்கியோ பொறந்து, ரொம்பவும் கட்டுப்பாடா வாழ்ந்து, வறுமையால நானும் இன்னைக்கு யாரோ ஒருத்தனோட படுக்க வேண்டியிருக்கேன்னு நினைச்சுக்கிட்டே கஷ்டப்பட்டு குடிச்சேன். எல்லாரையும் போல எனக்கும் கூச்சம் மரத்துப்போச்சு. காசு இருக்குற கஸ்டமர்கிட்ட காசை எப்படி கறக்கறதுன்னு எல்லாரையும் போல நானும் கத்துக்கிட்டேன். இனி கூச்சம், மானம், அவமானத்தைப் பாத்தா வேலைக்கு ஆகாதுன்னு எனக்குத் தெரிஞ்சு போச்சு.

நம்மள வாங்கின அளவுக்குப் பணத்தை சம்பாதிச்சி குடுத்துட்டு கெளம்பிட வேண்டியதுதான்னு முடிவெடுத்தேன். ஆறுல இருந்து பத்து கஸ்டமர் வரைக்கும் பாக்க ஆரம்பிச்சேன். உடம்பு முடியலன்னா ஒரு குவார்ட்டரை சேத்துக்க ஆரம்பிச்சேன். நான் அங்க போய், ஒரு மாசம் ஆயிருக்கும். ஒரு மார்வாடி கஸ்டமர் வந்தார். அவரு தங்கியிருக்குற பங்களாவுக்கு வர்றதுக்கு ரேட் பேசினாரு. ஏஜெண்ட் ரேட் பேசி, பணம் வாங்கிட்டு என்னை அனுப்பிவச்சாங்க. அது பெரிய பங்களா. நல்ல கலைநயத்தோட கட்டியிருந்தாங்க. உள்ளே போனா, ஏதோ சினிமா ஷூட்டிங் செட்டு மாதிரி இருந்துச்சு. நான் ஒரு ஆள்னு தான் நினைச்சுப் போனேன். அங்க என்னடான்னா, இன்னும் அஞ்சு பேர் இருந்தாங்க. நான் மார்வாடிகிட்ட, 'ஒருத்தர்னு சொல்லி கூட்டிக்கிட்டு வந்தீங்க. இப்ப ஆறு பேரு இருக்கீங்களே!' ன்னு கேட்டேன்.

'நான் ஏஜெண்ட்கிட்ட பேசிக்கிறேன். நான் வழக்கமா வர்ற ஆளு. உங்க ஏஜெண்டுக்குத் தெரியும். உனக்கும் வேண்டிய அளவு பணம் தர்றோம்'னு சொன்னாரு அந்த மார்வாடி. எல்லாரும் ஒண்ணா உக்காந்து குடிச்சோம். எனக்கு பயமா இருந்ததால நான் அதிகமா குடிக்கல. கோவாவுக்கு வந்து நான் வெளியில எங்கேயும் போனதில்ல. இதுதான் முதல் தடவை. அந்த மார்வாடிங்களைப் பாக்கறதுக்கு சிகப்பா இருந்தாலும் எனக்கு என்னமோ வில்லனுங்க மாதிரியே தெரிஞ்சுது. பாட்டும், கூத்தும், கும்மாளமுமா முடியறதுக்கே மணி ஒண்ணாயிடுச்சு.

அதுக்கப்புறம் ஒவ்வொருத்தனா பெட்ரூமுக்கு வந்தானுங்க. ஆறு பேர்வந்து முறையும் முடிஞ்சதும், முதல்ல வந்தவனே திரும்பவும் வந்து படுக்கச் சொன்னான். சரி டிப்ஸ் குடுன்னு கேட்டேன். ராத்திரி முழுக்க நீ இங்க இருக்கறதுக்கு அஞ்சாயிரம் குடுத்திருக்கேன். விடிய விடிய எங்கள்ல யாராவது ஒருத்தன் கூட நீ இருந்துதான் ஆகணும்னு தகராறு பண்ண ஆரம்பிச்சிட்டான். சரி, தப்பிச்சிப் போக வேற வழியே இல்லைன்னு மறுபடியும் ஒருத்தன்கூடப் படுத்தேன். அதுக்கப்புறம் இன்னொருத்தன் வந்தான். காண்டம் தீந்து போச்சு. நான் போய் வாங்கிட்டு வரேன்னு இந்தியில சொன்னேன். எப்பிடியும் வாங்கிட்டு வரச் சொல்லுவான், தப்பிச்சி போயிடாலாம்னு நெனச்சேன். அவன், காண்டமும் வேணாம், ஒண்ணும் வேணாம். அப்பிடியே படுன்னு படுக்க வச்சுட்டான். நான் பாத்ரூமுக்கு போயிட்டு வந்துடறேன்னு சொன்னேன். சரி. போயிட்டு வான்னு சொன்னான். கீழே கிடந்த தாவணிய எடுத்து மேலே போட்டுக்கிட்டேன். உடனே, அவன் பாஞ்சு வந்து தாவணிய புடுங்கிட்டான். பாத்ரூமுக்குத்தானே போறே? தாவணி இல்லாம போன்னு விரட்டினான்.

பொண்ணுக்கு மானமே மாராப்புதான். அதுகூட இல்லாம போறோமேன்னு நினைச்சுக்கிட்டே கதவைத் திறந்தேன். நான் நினைச்ச மாதிரி

அது பாத்ரூம் இல்ல. அந்த வீட்டு கொள்ளைப்புறத்து கதவு. தப்பிச்சிப் போகறதுக்கு இதுதான் சரியான வழின்னு ஓட்டமும் நடையுமா காம்பவுண்ட் சுவர்ல ஏற முயற்சி பண்ணினேன். பின்னாடி இருந்து யாரோ என்னைத் தொட்ட மாதிரி இருந்துச்சு. திரும்பிப் பார்த்தா அந்த வீட்டு வாட்ச்மேன் நின்னுக்கிட்டு இருந்தான். சத்தம் போடாம இருக்கச் சொல்லி நான் அந்தாள்கிட்ட கெஞ்சினேன். அந்த நிலைமையில கூட அவன் என்ன சொன்னான் தெரியுமா. எங்கூட அஞ்சு நிமிஷம் இருந்துட்டுப் போ! உன்னை காப்பத்தறேன்னு சொன்னான். காப்பாத்த வந்த கடவுள்! என்னால அழுகையை அடக்க முடியல. எங்க அந்த மார்வாடி ஆளுங்க வந்துறப் போறாங்களோன்னு ஒரு பயம் வேற. வேற வழியில்லாம அப்பிடியே தரையில படுத்தேன். மரக்கட்ட மாதிரி கிடந்தேன். வேலை முடிஞ்சதும், அவனே காம்பவுண்ட் சுவத்துல என்னை ஏத்திவிட்டான். சுவத்துலருந்து குதிச்சு, ஓட்டமும் நடையுமா நான் தங்கியிருக்கிற எடத்துக்கு வந்து சேர்ந்தேன்.

எல்லாத்தையும் ஏஜெண்ட்கிட்ட சொல்லி அழுதேன். கொஞ்ச நாள்ல ஏஜெண்ட்லருந்து அங்க இருந்த எல்லாருமே என்கிட்ட பாசமா பழக ஆரம்பிச்சாங்க. ஒரு நாள், ஏஜெண்ட் கிட்ட 'நான் சென்னைக்கு போவணும், என் குடும்பத்த பாக்கணும்னு சொல்லி அழுதேன். ஒருவாரம் கழிச்சி என்னை சென்னைக்கு அனுப்பி வச்சாரு ஏஜெண்ட். ஊருக்கு வந்ததும், அம்மாவை கட்டிப்புடிச்சிக்கிட்டு அழுதேன். கோவால நடந்த எதையும் யார்கிட்டயும் சொல்லலை. ஆனா, அம்மாவுக்கு தெரிஞ்சிருக்/கும் போல. என்னைப் பார்க்கும் போதெல்லாம் அழுவா. அப்புறம் கோடம்பாக்கத்துல இருக்குற ஒரு எக்ஸ்போர்ட் கம்பெனியில வேலைக்குச் சேந்தேன். அங்க இருந்த கட்டிங் மாஸ்டர் என்னைப் பாக்குற பார்வையே ஒரு மாதிரியா இருந்துச்சு.

ஒரு நாள், 'யேய்! ஷாயி! இங்க வா. இந்த கட்டிங் பீசையெல்லாம் கொண்டுபோய் அந்த குடோன்ல போடு'ன்னு சொன்னான் மாஸ்டர். மலை மாதிரி கொட்டிக் கிடந்த அவ்வளவு கட்டிங் பீசையும், நான் ஒரே ஆள் வாரிக்கிட்டுப் போய் போட்டேன். வேலை பளுவுல உடம்பு முழுசும், வியர்வையில தொப்பலா நனைஞ்சு போச்சு. ஆனால், அந்தக் கேவலப்பட்ட பாலியல் தொழில் செஞ்சதுக்கு இது எவ்வளவோ தேவலாம்னு நான் நெனைச்சிகிட்டேன். ஆனா அந்த மாஸ்டரை நினைச்சாதான் பயமா இருந்துச்சு. நாம இல்லைன்னா இந்த கம்பெனிக்கு வேற ஆள் கிடைப்பாங்க. ஆனா, மாஸ்டர் அவ்வளவு சீக்கிரம் கெடைக்கமாட்டாங்க. முதலாளி கிட்ட எதாவது சொல்லி மாஸ்டர் வேலைவிட்டு நிறுத்திடுவாரோன்னு நெறைய பொண்ணுங்க அந்தாளு அடிக்கிற கிண்டலைப் பொறுத்துக்குவாங்க. நானும் அப்படித்தான்.

நான் குடோனுக்குள்ள இருந்த பாத்ரூமுக்குள்ள போயி முகம், கை,கால் அலம்பிக்கிட்டிருந்தேன். பின்னாடி யாரோ நிக்கற மாதிரி இருந்துச்சு. திரும்பிப் பாத்தா அந்த மாஸ்டர். எனக்கு என்ன பண்றதுன்னே தெரியல. சத்தம் போட்டுக் கூப்பிடவும் பயமா இருந்துச்சு. அவனோட முரட்டுத் தனமான பார்வையைப் பாத்த ரொம்ப பயமா இருந்துச்சு. அன்னைக்கி, நான் அவன்கிட்ட என்னை இழந்து போனேன்.

வேலை முடிஞ்சு வீட்டுக்குப் போகும்போது கூட வேலை செஞ்ச பொண்ணுங்ககிட்ட நடந்ததைச் சொன்னேன். யாரும் அதை பெரிசாவே எடுத்துக்கல. அப்புறம்தான் தெரிஞ்சுது. என்னை மாதிரியே நிறைய பொண்ணுங்க அவன் வலையில விழுந்திருக்காங்கன்னு. அன்னைக்கி முடிவு பண்ணினேன். இனிமே இங்க வேலைக்கு வரக்கூடாதுன்னு. மறுபடியும் சினிமா கம்பெனி வேலைக்கே போவலாம்னு முடிவெடுத்தேன். எங்க போனாலும் பொண்ணுங் களுக்கு பாலியல் தொந்தரவு இருக்கத்தான் செய்யுது. சினிமாவில நிறைய நடிகைங்ககிட்ட டச்சப் கேர்ளா வேலை செஞ்சேன்.

சினிமா கம்பெனியில வேலை செய்யறதால நெறைய பேரை பாக்க முடிஞ்சுது. சிவப்புத் தோலு, நல்ல வாளிப்பான உடம்பு. என்னைப் பாக்குற நெறைய பேர் கேக்குற முதல் கேள்வி, 'வர்றியா?' நானும் மறுக்க மாட்டேன். என் குடும்பக் கஷ்டத்துக்காகவும், வயித்துப் பிழைப்புக்காகவும் போனேன். ஆனா எனக்குன்னு ஒரு நிரந்தர ரேட் முடிவு பண்ணி வச்சிருந்தேன். அப்போ கோடம்பாக்கம் சாமியார் தோட்டத்துல பாத்திமான்னு ஒரு பொம்பளை இருந்தாங்க. நெறைய சினிமாக்காரங்களோட தொடர்பு உள்ளவங்க. அவங்க வீட்டிலதான் பெரும்பாலும் பாலியல் தொழில் நடக்கும். வீட்டைப் பாத்தா அப்படித் தெரியாது. தினமும் ஷூட்டிங் இருக்குன்னு சொல்ல முடியாது. ஆனா தினமும் கஸ்டமர் கிடைப்பாங்க. குறிப்பா சென்னையில புரசைவாக்கத்துல ஒரு ஹோட்டல் இருக்கு. கோயம் பேடுல ஒரு ஓட்டல் இருக்கு. அங்கல்லாம் தினமும் இந்தத் தொழில் நடக்கும். என்னைக் கூட்டிக்கிட்டு போற கஸ்டமர் நல்ல வசதியான ஆளுங்களாத்தான் இருப்பாங்க. என்ன... அவங்களுக்காகவே மேக்கப்புக்குக் கொஞ்சம் நேரம் செலவழிக்க வேண்டியிருக்கும். அவ்வளவுதான். நான் டச்சப் கேர்ளா வேலை செய்யறதால எனக்கு மேக்கப்பைப் பத்திக் கவலை இல்ல.

தமிழ்ல மிக முக்கியமான ஒரு நகைச்சுவை நடிகர் அடிக்கடி என்னை ஹோட்டலுக்கு கூட்டிக்கிட்டு போவார். இயற்கைக்கு மாறாதான் உறவு கொள்ளச் சொல்வார். எப்படியோ நமக்கு நெறைய பணம் கெடைக்கு தேன்னு எந்தக் கருமத்தையும் நான் வேண்டாம்னு சொல்றதில்ல. ஆனா எப்பவும் சென்னையத் தாண்டி வெளியூருக்கு மட்டும் நான் போறதில்ல.

ஏன்னா, கோவா என்னை அந்த அளவுக்கு பாதிச்சிருந்துச்சு. ஒரே ஒரு தடவை ரொம்ப வேண்டிய கஸ்டமர் கூப்பிட்டாருன்னு பாண்டிச் சேரிக்குப் போயிருந்தேன். அவ்வளவுதான்.

நாளாக நாளாக என் உடம்புல மெருகு குறைய ஆரம்பிச்சிடுச்சு. பழைய கஸ்டமருக்கு நான் புளிச்சுப் போயிட்டேன். புதுசா யாராவது வந்தாதான் பொழப்புன்னு ஆயிடுச்சி. ஆனா பழைய கஸ்டமர் சின்னதா, சிவப்பா, பொண்ணுங்க இருக்காங்களான்னு என்கிட்டயே கேட்டு வருவாங்க. சப்ளை பண்ணினா கமிஷன் கிடைக்கும். சென்னையில இருக்குற காலேஜ் பொண்ணுங்கள்ல சில பேரு இங்க இருக்குற பணக்கார பொண்ணுகளாட்டம் டிரஸ் பண்ணிக்க, ஆடம் பரமா செலவு பண்ண ஆசைப்படுவாங்க. அதுலயும் பெரும்பாலும் அவங்க வெளியூர்ல இருந்து வந்து தங்கிப் படிக்கிற பொண்ணுங்களாத் தான் இருப்பாங்க. அவங்க, அங்க இங்கன்னு தடம்மாறி கடைசியில பாலியல் தொழில்லதான் வந்து நிப்பாங்க. அப்படிப்பட்ட பொண்ணுங்க கொஞ்சம் பேரு என்கிட்ட தொடர்பு வச்சிக்கிட்டாங்க.

பெரிய பணக்கார வீட்டுப்பசங்களுக்கு கார்ல கூட்டிக்கிட்டு ஊர் சுத்த, இங்க, அங்கன்னு தொட்டுப் பேச பொண்ணுங்க தேவைப்பட்டாங்க. அவங்களுக்கு நான் இந்த மாதிரியான பொண்ணுங்களை சப்ளை பண்ணினேன். ஒரு பொண்ணோட ஒரு நாள் முழுக்க சுத்தறதுக்கு பத்தாயிரம் ரூபாய் வரைக்கும் தருவாங்க. எப்பிடியும் ரெண்டாயி ரத்துக்கு மேல கமிஷன் கெடைக்கும். இன்னும் சில பேர் ஐநூறு ஆயிரத்துக்கு பொண்ணு கேட்டு வருவானுங்க. சத்யம், மாயாஜால்னு சினிமாவுக்கு கூட்டிக்கிட்டு போய் சினிமா பாத்துட்டு கூட்டிக்கிட்டு வந்து விட்டுடுவானுங்க. ஒரு தடவை பழக்கமாயிடுச்சுன்னா நேரா அவனுங்களே பிக்கப் பண்ணிக்குவானுங்க. எல்லா நேரத்திலும் கேக்குற பணம் கிடைக்காது. அதுலயும் கூட்டிட்டுப் போற பொண்ணு நிர்வாணமாக இருக்கும்போது படம் எடுத்து, மிரட்டரவனுங்களும் இருக்கானுங்க. எல்லாத்தையும் சமாளிச்சுத்தான் ஆகவேண்டியிருக்கு. இப்பகூட குற்றாலம் போறதுக்கு மூணு பொண்ணுங்க வேணும்னு ஒரு பார்ட்டி வந்துச்சு. பதினஞ்சாயிரத்துக்குப் பேசி அனுப்பினேன். எது எப்படியோ, இதுவரைக்கும் போலீஸ்ல மாட்டாம இருந் துட்டேன்.' என்றாள் ஷாயி.

ஷாயி தன் கதையைச் சொன்னபோது எனக்கே வெலவெலத்துப் போனது. பார்க்க அப்பாவியாக இருப்பாள். உண்மையில் அவள் அப்பாவிதான். இல்லையென்றால், இந்தத் தொழிலில் கிடந்து ஏன் சீரழியவேண்டும்? பேச்சில் வெகுளித்தனம் அப்பட்டமாகத் தெரியும். இன்றும் அவள் பாலியல் தொழில்தான் செய்கிறாள். இயற்கைக்கு இரக்கமில்லை.

11. தாளமுடியாத இழப்பு

கல்கத்தாவில் நான் கலந்துகொண்ட கூட்டம் மிகப்பெரிய அரங்கில் ஏற்பாடு செய்யப்பட்டிருந்தது. வெவ்வேறு மாநிலங்களிலிருந்து பாலியல் தொழிலாளிகள் வந்திருந்தார்கள். ஒவ்வொருவரும் தங்களுக்கு ஏற்பட்ட கஷ்டங்களை மேடையில் ஏறி அவரவர் மொழிகளில் பேசினார்கள். எனக்கு மொழி புரியாவிட்டாலும், உடல் மொழி மூலம், அவர்களுடைய வலி புரிந்தது. நானும் என்னுடைய கஷ்டங்களைச் சொன்னேன். அந்தக் கூட்டத்துக்கு வெவ்வேறு நாடுகளைச் சேர்ந்த தொண்டு நிறுவனத்தினர் வந்திருந்தார்கள். இந்தியாவின் பிற மாநிலங்களிலிருந்து வந்தவர்கள் பெரும்பாலும் பாலில் தொழிலை அரசு அங்கீகரிக்க வேண்டுமெனக் கோரிக்கை வைத்தார்கள். ஆனால் தமிழ்நாடு, கேரளா, ஆந்திராவிலிருந்து சென்றவர்கள் மட்டும் இதை மறுத்துப் பேசினோம்.

தமிழ்நாட்டில், நானோ மற்ற பாலியல் தொழில் செய்பவர்களோ தெரிந்தோ, தெரியாமலோ தான் இந்நிலைக்குத் தள்ளப்படுகிறோம். இந்த இழிநிலையை அங்கீகரிக்கக் கேட்பது அந்தத் தொழிலைவிடக் கேவலம் என்று எங்களுக்குத் தோன்றியது. அதனாலேயே அந்த விவாதத்தைப் புறக்கணித்தோம். கிட்டத்தட்ட பதினைந்து நாள்களுக்கு பிறகு, கல்கத்தாவில் இருந்து சென்னைக்குத் திரும்பினோம். என்னுடைய வேலை அதற்குப் பிறகு அதிகமானது. முழுநேரமும் சங்கத்து வேலைகளில் ஈடுபட வேண்டியிருந்தது.

கல்கத்தாவைத் தொடர்ந்து சென்னையில் நடைபெற்ற ஒரு கருத்தரங் கத்துக்கு விழுப்புரத்திலிருந்து சில பெண்கள் கலந்துகொள்ள வந்திருந்தனர். அதில் ஜெயா மிக முக்கியமானவள். என்னுடன் மிகவும் நெருக்கமாகப் பழகினாள். பெரும்பாலும் பாலியல் தொழில் செய்பவர்கள் ஒருவரை ஒருவர் சந்தித்துக்கொண்டால் ஒளிவு மறைவு இல்லாமல்தான் பேசுவார்கள். கஸ்டமர் அனுபவங்கள், கஸ்டமரிடம் ஏமாந்தது, கஸ்டமரை ஏமாற்றிப் பணம் வாங்கியது வரை

எல்லாவற்றையும் வெளிப்படையாகப் பேசிப் பழகுவார்கள். ஜெயா தன் கதையை எனக்குச் சொன்னாள். அவள் கதையைக் கேட்டபிறகு தான், நம் பாரம்பரியம் மிக்க தமிழ்நாட்டில்கூட இப்படியெல்லாம் ஓர் அவலம் பெண்களுக்கு நடக்கிறது என்பது எனக்குத் தெரிந்தது.

ஜெயாவுக்கு ஓர் அண்ணன். அவர் ஒரு பெண்ணைக் காதலித்தார்.அந்தப் பெண்ணுக்கு ஓர் அண்ணன். இரண்டு குடும்பமும் உட்கார்ந்து பேசி ஒரு முடிவெடுத்தார்கள். காதலியின் அண்ணனை ஜெயா திருமணம் செய்துகொள்வது. ஜெயாவின் அண்ணன் காதலியை மணந்து கொள்வது.

'என் புருஷனைப் பாக்குறதுக்கே எனக்குப் பிடிக்காது கலைவாணி. சிடுமூஞ்சி. ஆளு பாக்கறதுக்கு அழகாகவே இருக்க மாட்டாரு. நான் கிராமத்து பொண்ணு. அதனாலே மாப்ளையைப் பத்தி விசாரிக்க முடியாது. அதுவே இப்போவா இருந்தா அம்பது கேள்விகேட்டு 'உன்னைப் புடிக்கல போய்யா'ன்னு சொல்லியிருப்பேன். உலகத்துலயே பெரிய சோம்பேறி என் புருஷன். அப்படியிருந்தும் ரெண்டு புள்ளயைப் பெத்துக்கிட்டேன். சந்தேகம் புடிச்சவன் அந்த ஆளு. வீடு, நிலம்னு எல்லா வேலையும் நான்தான் செய்வேன். அந்த ஆளு தெனமும் என்னை அடிப்பான். ஒருநாள் அடிதாங்காம ரெண்டு புள்ளையையும் கூட்டிக் கிட்டு பொறந்த வீட்டுக்கு கௌம்பிட்டேன். வாழவந்த எடத்துல நடந்த கொடுமையை பொறந்த வீட்டுல சொல்லி அழுதேன்.'

'நீ ஒழுங்கா வாழ வக்கில்லாம ஏண்டி புருஷன் வீட்ட குறை சொல்றே. உன்னை மாதிரி அந்த வூட்ல இருந்து கட்டிக்குனு வந்தவ ஒழுங்கா இருக்கலையான்னு அண்ணியக் காட்டி அண்ணன் திட்டினாரு. இனி பொறந்த வீட்ல நம்ம கஷ்டத்தச் சொல்லி பயனில்லன்னு புருஷன் வீட்டுக்கே புறப்பட்டேன். அடிபட்டுச் செத்தாலும் இனி அங்கதான்னு முடிவு பண்ணிட்டு போனேன். ஆனா நிரந்தரமா என்னால அங்க இருக்க முடியல. அந்தாளோட சந்தேகம் அதிகமாயிடுச்சி. ஒரு நாள், பொறுக்க முடியாம, அந்தாளுக்கு பொறந்த புள்ளைங்களை அங்கேயே விட்டுட்டு எங்கே போறதுன்னு தெரியாம முழிச்சுக்கிட்டு இருந்தேன். இதுக்கு முன்னாடி நாள் வெளியூருக்கு அதிகமா வந்ததில்லை. விழுப்புரம் ரோட்டுல நின்னுக்கிட்டு இருந்த லாரியில ஏறி படுத்துட்டேன். அது ஒரு கல்குவாரி லாரி. அது தாம்பரம் பக்கத்துல இருக்குற படப்பைல வந்து நின்னுது. அதுக்கப்புறம் எங்க போறதுன்னு தெரியாம நின்னுக்கிட்டு இருந்தேன். குவாரி முதலாளி குவாரியில வேலைபோட்டுக் குடுத்தார். கொஞ்சநாள் அங்கேயே இருந்தேன். எனக்கு வீட்டு ஞாபகம் வந்துடுச்சு. கல் உடைக்கிற வேலையும் ரொம்பக் கஷ்டமா இருந்துச்சு.

ஒரு நாள், முதலாளிக்கிட்ட சொல்லிட்டு தாம்பரம் ரெயில்வே ஸ்டேஷன்ல ரயில் ஏறிட்டேன். நான் வீட்டைவிட்டு வந்து ஒரு மாசம் இருக்கும். ரயில்ல ஏறி படுத்துட்டேன். அசந்து தூங்கிட்டேன். ரயில் நின்னதும் முழிச்சிப் பாத்தேன். அது விருத்தாச்சலம் ரயில்வே ஸ்டேஷன். அவசர அவசரமா ரயிலை விட்டு இறங்கினேன். கையில கொஞ்சம் காசு இருந்துச்சு. பஸ்ஸைப் புடிச்சு வீட்டுக்குப் போயிடலாம்னு பஸ் ஸ்டாப்புக்கு வந்தேன். அந்த நேரத்துல பஸ் எதுவும் இல்ல. நல்ல உச்சிவெயில் வேற. தலை சுத்த ஆரம்பிச்சிடுச்சு. பஸ் ஸ்டாப்புக்கு பக்கத்துல ஒரு பெரிய பழைய இரும்பு கடை இருந்துச்சு. கடையில ஒரு பாய் உக்காந்திருந்தார். என்னைப் பாத்து ரொம்பப் பரிவா பேசினார்.

'ஏம்மா! மயக்கமா இருக்கா? உள்ள வந்து உக்காரும்மா' என்றார். உள்ளே போய் உட்கார்ந்தேன். குடிக்க சோடா தரவான்னு கேட்டார். சரின்னு தலையாட்டினேன். அவரு ஒரு கலர் சோடாவைக் கொண்டாந்து குடுத்தார். குடிச்சதும் அப்பிடியே மயக்கமா வந்துடுச்சு. சாயந்திரம் அஞ்சு மணிக்குத்தான் முழிப்பு வந்துச்சு. தலை வலிச்சுது. எந்திரிச்சுப் பாத்தா புடவையெல்லாம் கலைஞ்சி கிடந்தது. என் கோலத்தைப் பாக்க எனக்கே அசிங்கமா இருந்துச்சு. உடம்பு வலி வேற. வாரி சுருட்டிக்கிட்டு எந்திரிச்சேன். எதிர்ல அந்த பாய் நின்னுகிட்டு இருந்தாரு. எனக்கு உடம்புல அந்த மாற்றம் இருந்திச்சி. அந்தாளு என்னைக் கெடுத்துட்டான்னு நல்லா தெரிஞ்சுது. கதறி அழுதேன். நான் கத்தினது அந்த குடோனுக்கு வெளியில கேட்டமாதிரி தெரியல.

நான் வேகமா வெளியே வந்தேன். நாலு அஞ்சு கிராமத்து பொம் பளைங்க கடைகிட்ட நின்னுக்கிட்டு இருந்தாங்க. அவங்ககிட்ட நடந்ததை சொன்னேன். சரிவா நாங்க பாத்துக்கறோம்னு என்னைக் கூட்டிக்கிட்டுப் போனாங்க. ஒரு வீட்டுல உட்கார வச்சாங்க. அது ஓடுபோட்ட வீடு. ரொம்பப் பெரிய வீடு. எங்க ஊர் ரெட்டியாருங்க வீடெல்லாம் இப்படித்தான் இருக்கும். அந்த வீட்டுல ஒரு வயசான பொம்பள என் கதையெல்லாம் கேட்டுச்சு. வீட்டுக்குள்ள கூட்டிக்கிட்டு போச்சு. என்னை ஒரு அறையில உக்கார வச்சு, அறிவுரை சொல்ற மாதிரி சொல்லிக் குடிக்க சோடா குடுத்தாங்க. சோடாவா அது? அதுதான் என் வாழ்க்கையவே மாத்திடுச்சு. போதை மாதிரி ஒரு மயக்கம். என்னை என்னாலயே கட்டுப்படுத்த முடியல. அந்த மயக்கத்துல ஒரு ஆள் என்கூட வந்து படுத்தான். அதுல இருந்து தெனமும் ஒருத்தனோட குடும்பம் நடத்த வேண்டியதாயிடுச்சு.'

'எனக்கு மயக்கம் தெளிஞ்சதும் இன்னொரு குவார்ட்டரை ஊத்திக் குடுத்து பழைய நிலைக்கு மாத்திடுவாங்க. நானும் அந்த போதைக்கு அடிமையா ஆயிட்டேன். என்னோட பொழப்பு விபச்சாரம்னு

ஆகிப்போச்சு. ஆனாலும் உள்ளுக்குள்ள ஒரு எதிர்ப்பு இருந்துச்சு. நாம எதுக்கு இவங்களுக்கு சம்பாதிச்சி குடுக்கணும்? அங்கேயிருந்து வெளியேறத் திட்டம் போட்டேன். அந்த இடத்துக்கு ரெகுலரா ஒரு போலீஸ்காரர் வருவாரு. என்கூடத்தான் இருப்பாரு. அவர்கிட்ட எல்லாத்தையும் சொன்னேன். பொறுமையா கேட்டுக்கிட்டார். 'இங்கே இருந்து உன்னை நான் காப்பாத்தறேன். இன்னும் கொஞ்ச நேரத்துல போலீஸ் வரும்னு நான்சொல்லுவேன். எல்லாரையும் வெளியே அனுப்புவாங்க. நீ நேரா பஸ் ஸ்டாண்டுக்கு பின்னாடி வந்து நில்லு. நான் உன்னை பத்திரமா பஸ் ஏத்தி விடறேன்'னு சொல்லிட்டுப் போயிட்டார். கொஞ்ச நேரத்துல அதே மாதிரி நடந்துச்சு. அவர் சொன்ன மாதிரியே, என்னை பத்திரமா பஸ் ஏத்திவிட்டார். ரொம்ப நாள் கழிச்சி அதே வீட்டுல பதினஞ்சி நாளைக்கு மூவாயிரம் ரூபாய்னு ரேட் பேசித் தொழில் செஞ்சேன். ஆனா அந்த போலீஸ்காரரை மட்டும் பாக்கவே முடியல. மும்பை, விஜயவாடா, பாண்டிச்சேரினு நான் சுத்தாத ஊரே இல்ல. கொஞ்சம் கொஞ்சமா பாலியல் தொழிலை விரிவு படுத்த ஆரம்பிச்சுட்டேன்.

ஒருத்தர், இன்னொருத்தர்னு இப்ப எனக்கு மூணாவது புருஷன். நான் திருச்சியில இருக்குற ஒரு லாட்ஜ்ல பாலியல் தொழில் செஞ்சேன். அந்த லாட்ஜ் ஓனர், ஒரு புரோக்கர். அந்த புரோக்கருக்கு பாலியல் தொழில் செய்யறவங்களை லாட்ஜ், வீடுன்னு கூட்டிக்கிட்டு போறது தான் வேலை. நாங்க வாங்குற பணத்துல பாதியை அந்த ஆளுக்குக் குடுத்துடணும். தமிழ்நாட்ல, குற்றாலம், கொல்லிமலை, திருச்சின்னு சுற்றுலா தலம் இருக்குற எடத்துல எல்லாம் அந்த ஆளுக்குத் தொடர்பு இருந்துச்சு. பெரிய ஹோட்டல்ல ரூம் போடுற டூரிஸ்ட்டுங்ககிட்ட 'பார்ட்டி இருக்குது, வர்ரியா?'ன்னு ரேட் பேசி, கூட்டிக்கிட்டு வந்துடு வார். ஹோட்டல் ஓனர்களுக்கும் இதுல கமிஷன். கொல்லிமலைக் கெல்லாம் போனா, பத்துநாள் தங்குவோம். மது போதையில சுத்திகிட்டுத் திரியுற பெரிய பணக்கார வீட்டு பசங்களா பாத்து அந்த புரோக்கர் வலைவீசி கூட்டிக்கிட்டு வந்துடுவார். வர்றவனுங்களும் வேண்டிய அளவுக்கு சரக்கு, பணம்னு கொடுப்பானுங்க.

நாங்க அதிகமா பணம் சம்பாதிக்கிறதைப் பாத்துட்டு அடியாளை வச்சு மிரட்டி, பணத்தை பிடுங்குறவங்களும் இருக்காங்க. அதனால சில பொண்ணுங்க ரேட்டிங் பேசிட்டு போவாங்க. ரேட்டிங்னா, பத்து நாளைக்கு மூவாயிரம், நாலாயிரம்னு போறது. வெளியில எங்கயும் போயி நிக்க வேணாம். புரோக்கருங்க கஸ்டமரை கூட்டிக்கிட்டு வந்துவிடுவாங்க. நாம ஏதாவது வீட்லயோ, ரூம்லயோ இருந்துக்க வேண்டியதுதான். வர்றவன் சின்ன பொண்ணா வேணும்னு கேட்டா, புடவை கட்டியிருக்கிற எங்களுக்கு கவுன் போட்டு, இல்லன்னா சுடிதார்

போட்டு விட்டுருவாங்க. வந்தவன் போதை மயக்கத்துல சின்ன பொண்ணுன்னே எங்களை நினைச்சுக்குவான்.

எப்பிடி பாத்தாலும் எங்களை ரேட் பேசி கூட்டிக்கிட்டு போறவங் களுக்கு லாபம்தான். அதனால எங்கள்ல சிலபேர் ஒவ்வொரு ஊர்லயும் ஒரு ரௌடிய வச்சிக்குவாங்க. அந்த ரௌடிக்கு ஏதாவது பணம் கொடுத் துட்டு அவனோடை பாதுகாப்புல தொழில் செய்வாங்க. அதிகமா பணம்கேட்டு அந்த ரௌடியே சில நேரத்துல அவங்களுக்கு எதிரி ஆயிடுவான். அதுபோல கோவத்துல பல பொண்ணுங்கள பல ஊர்கள்ல ரௌடிகளே அடிச்சி கொன்னுருக்காங்க.

விழுப்புரத்தில சகாய மேரின்னு ஒரு பொண்ணு. பழைய பஸ் ஸ்டாண்டு கிட்ட ஒரு லாட்ஜுல தொழில் செஞ்சிக்கிட்டு இருந்தா. ராத்திரி நேரம். விழுப்புரத்தைச் சேர்ந்த ஒருத்தன் நல்ல போதையில் மேரிய கூப்பிட்டிருக் கான். மேரியும் போதையில இருந்திருக்கா.அவளை சைக்கிள்ல முன்னாடி உட்கார வச்சு மெட்ராஸ் ரோட்டு பக்கம் ஒரு ஏரிக்கரைக்கு கூட்டிக்கிட்டு போயிருக்கான். மேரி நல்லா அழகா சிவப்பா இருப்பா. இரண்டுபேரும் மறுபடியும் குடிச்சிருக்காங்க. மேரி கூடவே ராத்திரி முழுசும் இருந்திருக் கான் அவன். மேரி அசந்து தூங்கினதும், அவளோட துணியையெல்லாம் வாரி சுருட்டி எடுத்துக்கிட்டு போயிட்டான். அவ உடம்புல ஒட்டுத் துணி யில்ல. கண்ணு முழிச்சதும் அவ நொந்து போயிட்டா. ஏரிக்கரை ஓரத்துல செடி மறைவுல பதுங்கி உக்காந்திருக்கா. ரொம்ப தூரத்துல வீடுங்க தெரிஞ்சது. எப்பிடி போறது?

எப்பிடியோ பதுங்கி, பதுங்கிப் போயிருக்கா. ஒரு வீட்டு ஓரத்துல இருந்த கிழிஞ்ச துணிய எடுத்து உடம்புல போத்திகிட்டு ஒரு வீட்டுக் கதவைத் தட்டியிருக்கா. அந்த வீட்டு பொம்பளைகிட்ட நடந்ததைச் சொல்லி அழுதிருக்கா. அவங்க பரிதாபப்பட்டு பழைய துணிகளைக் கொடுத்து அனுப்பி இருக்காங்க. நல்ல வேளை, மேரியை அவன் உயிரோடவிட்டான். சிலபேர் கொலைகூட பண்ணிடுவாங்க. இதுமாதிரி பிரச்னை வருங்கிறதாலதான் தெரிஞ்ச, பழகின புரோக்கர் கூட போவறது. என்னை திருச்சிக்கு கூட்டிக்கிட்டு போற புரோக்கர் ஓரளவுக்கு சரியான ஆளு. ஆனா அந்த ஆளு நாரணம் பண்றவன். நாரணம்னா விபச்சாரத் தொழிலுக்குப் புதுசா ஆள் புடிக்கிற வேலை. எங்களைப் போல ஏற்கெனவே தொழில் செய்யறவங்களை வச்சு புதுப் பொண்ணுங்களை ஊர்ஊரா தேடிப் புடிச்சி தொழில் பழகி விடறது. அடங்காதவங்களை வெளியூருக்கு விலைக்கு வித்துடுறது. இதுக்குப் பேருதான் நாரணம் னு சொல்லுவாங்க. இந்த மாதிரி நாரணம் பண்ற ஆளுங்க பொம்பளையாவும் இருப்பாங்க. ஆம்பளையாவும் இருப்பாங்க.

இவங்களோட முக்கியமான வேலை, ஒவ்வொரு ஊர்லயும் கிராமத்துல இருந்து டவுனுக்கு வேலை தேடியோ, படிக்கவோ, சினிமா பாக்கவோ அடிக்கடி வர்ற பொண்ணுங்களை நோட்டம் விடறது. தினமும் அவங்களை ஃபாலோ பண்றது. சமயம் கிடைக்கும் போது, அவங்ககிட்ட பொறுமையா ஏதாவது பேச்சு குடுக்கறது. பேசியே, அந்தப் பொண்ணுங்க மனசை வசீகரம் பண்ணிடுவாங்க. கார் ஆசை, சினிமா ஆசை, ஏன் நிறை பொண்ணுங்களுக்கு விதவிதமா சாப்பிடுற ஆசையெல்லாம் இருக்கும். அதைக் காட்டி மடக்குவாங்க. பாவம் சோத்துக்காகக் கூட நெறைய பொண்ணுங்க விபச்சாரத்துக்கு ஒத்துக்கும்.சில பொண்ணுங்க ஒத்துக்கிட்டாலும் கூட்டிக்கிட்டு போனதுக்கப்பறம் மறுப்பாங்க. அப்போல்லாம் சித்ரவதை பண்ண வாங்க. கால்ல, கையில மார்புலன்னு சூடுவைப்பாங்க. அதையும் மீறி ஒத்துக்காத பொண்ணுங்களை பாம்பே, கல்கத்தான்னு அனுப்பி வித்திடுவாங்க.

ஒரு பொண்ணை கரெக்ட் பண்ணி, தொழிலுக்கு அனுப்பினா அந்த புரோக்கருக்கும் கூட்டத்துக்கும் அம்பதாயிரம் ரூபா வரைக்கும் கெடைக்கும். இதே வேலையா ஒரு கூட்டம் சுத்திகிட்டு இருக்கும்.

விழுப்புரம் பக்கத்துல இருக்குற செஞ்சிகிட்ட அங்காளம்மன் கோயில்ல மாசாமாசம் அமாவாசைக்கு நெறைய பேர் சாமிகும்பிட வருவாங்க. அன்னைக்கு அந்த ஊருக்கு போவற எல்லா பஸ்சும் கூட்ட மாத்தான் இருக்கும். கோயிலுக்கு ஆம்பளை, பொம்பளைன்னு சரிசமமா வருவாங்க. அந்த நாளை குறிவச்சு கோயிலுக்குப் போவோம். ஒரு நாள் ராத்திரி முழுக்க அங்கே இருந்தாங்கன்னா மூவாயிரம், நாலாயிரம் சம்பாதிச்சிட்டு வருவோம். எவ்வளவு காசு சம்பாதிச்சு என்ன பண்றது? வூட்டுக்குப் போன உடனே கட்டினவனுக்கு குவார்ட்டரும் ஆஃபுமா வாங்கி குடுத்து சரிகட்டணும். அவனும் இல்லன்னா தங்கறதுக்கு யாரும் வாடகை வீடு கூட கொடுக்க மாட்டாங்க. அவனும் வெக்கமில்லாம நாம உடம்பை வித்து சம்பாதிச்சி கொண்டாற காசுல உக்காந்து குடிச்சிட்டுதான் இருக்கான்.'

ஜெயா பொருமலோடு அவள் கதையை முடித்தாள். கூட்டங்கள் நடக்கும்போதுதான் எல்லாரையும் சந்திக்கும் வாய்ப்புக் கிடைக்கும். அடிக்கடி கூட்டம் நடத்த முடியாது. பெரும்பாலும் கூட்டம் நடக்கும் நேரத்தில் என்னால் எல்லோரையும் பார்த்துப் பேசமுடியாது. ஏனென்றால், நான்தான் கூட்டத்தை ஏற்பாடு செய்திருப்பேன்.

ஒவ்வொரு பாலியல் தொழிலாளிக்குப் பின்னும் ஒரு பெரிய சோகக் கதை இருக்கிறது. அது எல்லோருக்கும் புரிவதில்லை. இப்போ தெல்லாம் டி.வி.யிலும், சினிமாவிலும் எங்கள் இதயத்தைக் குத்துவதைப் போலப் படம் எடுக்கிறார்கள். எங்களுக்கு வயிறுதான்

பிரதானம். அதற்குப் பிறகுதான் மானம், அவமானம் எல்லாம். எனக்கு இப்போதெல்லாம் வெட்கமே வருவதில்லை. கூச்சம் இருந்தால்தானே வெட்கம் வரும்? உடம்பு மரத்துப் போய்விட்டது.

உடம்பு மரத்துப் போனாலும் நான் இப்போது தெளிவாக இருந்தேன். அதற்குக் காரணம் சங்கம். அதுதான் என்னை உண்மையிலேயே இப்படி மாற்றியிருந்தது. ஹரிஹரன் சார் இல்லையென்றால் நானும் இந்நேரம் ஏதாவது ஒரு தெரு முக்கில் நின்று, பாலியல் தொழில்தான் செய்து கொண்டிருப்பேன். இல்லையென்றால், அதிகமாகக் குடித்துக் குடித்துச் செத்திருப்பேன்.

ஒரு நாள், என் மூத்த மகனுக்கு உடம்புக்கு ரொம்ப முடியாமல் போய்விட்டது. அத்தான் தகவலைச் சொல்ல ஓர் ஆளை அனுப்பி= யிருந்தார். அத்தானின் இரண்டாவது மனைவி, என் மகனைச் சரியா கவனிக்கவில்லை. அது 2007- ம் வருடம். என் மகனை டி.பி.நோய் தாக்கியது. அத்தான் பிள்ளையை என்னிடமே கொண்டுவந்து விட்டுட்டார். இரண்டாவது மகன் படித்துக் கொண்டிருந்தான். முதல் மகன் படுக்கையில் கிடந்தான். எனக்குச் சம்பளம் போதவில்லை. பெரிய மகனுக்கு வைத்தியம் பார்க்கச் சுத்தமாகப் பணம் இல்லை. ஒரு கட்டத்தில் மீண்டும் பாலியல் தொழிலுக்குப் போவது என்ற முடிவுக்கு வந்தேன். அந்த இக்கட்டான நேரத்தில்தான் குமார் அறிமுகமானார்.

ஆனாலும் என் மூத்த மகனின் உடல் நிலை ரொம்ப மோசமான நிலைமைக்குப் போய்விட்டது. எல்லா டாக்டர்களும் கை விரித்து விட்டார்கள். சென்னையில் நான் ஏறாத மருத்துவமனை இல்லை. எம் மூத்த மகன் டி.பி. நோயில் மெலிந்து போய்க் கொண்டிருந்தான். அவன் முகத்தைப் பார்க்க மனசு தாங்காமல் நான் மறுபடியும் குடிக்க ஆரம்பித்தேன். ஒரு நாள் என் பிரியத்துக்குரிய மூத்த மகன், டி.பி.நோய் முற்றி என்னை விட்டு நிரந்தரமாகப் போய்விட்டான். என் வாழ்க்கையில் நான் எவ்வளவோ இழப்புகளைச் சந்தித்திருக்கிறேன். ஆனால் என் மகனை இழந்ததை என்னால் தாங்கவே முடியவில்லை. ஆனால், என் இரண்டாவது மகனுக்காக உயிர்வாழ வேண்டியிருந்தது.

இன்று நான் பாலியல் தொழில் செய்யவேண்டிய அவசியம் இல்லை. நன்றாக இருக்கிறேன். தொடர்ந்து திரைப்படங்களில் நடிக்கத் துணை நடிகை வாய்ப்பு வந்தபடிதான் இருக்கிறது இப்போதுகூட, இயக்குநர் ஹரி இயக்கும் 'சிங்கம்' திரைப்படத்தில் ஒரு நல்ல பாத்திரத்தில் நடிக்கிறேன். போலீஸுக்கே வட்டிக்குப் பணம் விடுகிற பாத்திரம். .

இன்றைய சமூகத்தில், பெண் ஒரு நுகர்வு பொருள். ஒரு பெண் பாலியல் தொழிலில் ஈடுபடக் காரணம், 'இவளை எந்த விலை கொடுத்தாவது அடையவேண்டும்' என்கிற ஆணாதிக்க மனோபாவம். பெரும்பாலும்

பெண்கள் விபச்சாரத்தை விரும்பி ஏற்றுக்கொள்வதில்லை. அது அவர்கள் மீது திணிக்கப்படுகிறது. பாலியல் தொழிலில் உள்ளவர்களில் பெரும்பாலானோர் ஏதாவது ஒன்றில் ஏமாந்து, அல்லது ஏமாற்றப் பட்டுதான் தங்களை ஈடுபடுத்திக்கொள்கின்றனர். எந்த ஒரு பெண்ணும் தன்னை 'விபச்சாரி', 'தேவடியா' என்று மற்றவர்கள் அழைப்பதை விரும்புவதில்லை. ஏற்றுக்கொள்வதில்லை. அதையும் மீறி அழைப் பவர்கள் எங்கள் வாழ்க்கையைத் தெரிந்துகொள்ளவாவது முயற்சிக்க வேண்டும்.

விபச்சாரத்தில், வயிற்றுப்பசி, உடல்பசி என்று இரண்டு வகைகள் உள்ளன. வயிற்றுப்பசிக்காக இந்தத் தொழிலில் தள்ளப்படுகிறவர்கள் தான் வெளியில் தெரிகிறார்கள். உடல்பசிக்குத் தங்களை ஈடுபடுத்திக் கொள்கிறவர்கள் கௌரவமான வாழ்க்கையைத்தான் வாழ்கிறார்கள்.

இன்றைக்கும் கூடப் பெரு நகரங்களில் டிஸ்கோத்தே என்ற போர்வையில் குடி, விருந்தில் பங்கு பெறும் பணக்காரர்கள் செய்வது விபச்சாரமில்லையா? அதைச் சமூகம் அங்கீகரிக்கிறது. அது அவர்களின் உடல் பசி. ஆனால் அதையே, அந்த அவமானத்தைச் சுமந்து கொண்டு பாலியல் தொழில் செய்கிற எங்களை இந்தச் சமூகம் வேறுமாதிரியாகப் பார்க்கிறது. நான் பாலியல் தொழிலை நியாயப் படுத்தவில்லை. நாங்கள் இந்த நிலைக்கு எப்படி தள்ளப்படுகிறோம், எப்படி வாழ்கிறோம் என்று சொல்கிறேன்.

ஒரு பெண் பருவமடைகிறபோது, முதன் முறையாகப் பார்க்கிற வனைத்தான் திருமணம் செய்துகொள்ளவேண்டும் என்பார்கள் பெரியவர்கள். அதற்காகத்தான் அந்தப் பெண்ணின் மாமனை ஓலையில் 'குச்சி கட்ட' அழைப்பார்கள். இதெல்லாம் எங்களுக்கு நடக்கவே நடக்காத ஒன்று. தன்னுடைய அக்கா விபச்சாரி என்கிற பட்சத்தில் அவள் உடன் பிறந்த சகோதரன் எப்படி அவள் மகளுக்குக் குச்சி கட்ட வருவான்? சொந்தத் தம்பியே வராதபோது அவளுக்காக வேறு யார் வருவார்கள்? கணவன் என்கிற அடையாளத்தோடு இப்போது எங்களோடு இருக்கிறவனுக்கு, பூப்பெய்தவளும் மகள் முறைதான். இருந்தாலும் அதை அவர்கள் நினைப்பதில்லை. எங்களைப் போலவே அந்தப் பூப்பெய்த பெண்ணையும் போகப்பொரு ளாகத்தான் பார்ப்பான்.

எப்படிப்பட்ட கஷ்டமாக இருந்தாலும் இந்தப் பாலியல் தொழிலை அரசு அங்கீகரிக்க வேண்டும் என்ற எண்ணம் என் போன்ற பாலியல் தொழிலாளிக்கு ஏற்படுவதில்லை. அரசு 'ஒருவனுக்கு ஒருத்தி!' என்கிற வாசகத்தைப் பயன்படுத்தும் அதே இடத்தில் 'பாதுகாப்பான உடலுறவுக்கு ஆணுறையைப் பயன்படுத்துங்கள்' என்று சொல்வது

போலத்தான், திருந்த நினைக்கும் பாலியல் தொழிலாளர்களின் மனநிலையும் இருந்து வருகிறது. பாலியல் தொழிலாளியாக இருந்தாலும் எங்களுடைய பெண்மை குடி, போதை பழக்கங்களில் மரத்துப்போய்விடுகிறது. அப்படிப்பட்ட நிலையில் இயல்பான பெண்களிலிருந்து நாங்கள் மாறிவிடுகிறோம். இந்தச் சூழ்நிலையில் பாலியல் தொழிலாளியின் கதையை திரைப்படங்கள் வெளியிட்டு மேலும் எங்களைக் காயப்படுத்தி வருகின்றன.

எந்தப் பெண்ணும் இன்னொரு பெண்ணைப் பாலியல் தொழிலாளியாக்க விரும்புவதில்லை. எங்களுக்கு ஏற்படும் கொடுமைகள், அதனால் ஏற்படும் மன அழுத்தம் ஆகியவற்றை வெறும் வார்த்தைகளில் சொல்லிவிட முடியாது.சில பெண்கள் முதலாளி மனோபாவத்தில் தன்னை ஈடுபடுத்திக்கொண்டு அரக்கிகளாகிவிடுகிறார்கள். எப்படி இருந்தாலும் அது தவறு. தண்டிக்கப்படவேண்டியது.

பாதை மாறிச் செல்கிறவர்களைச் சில நல்ல உள்ளங்கள் அரவணைத்து, ஆறுதல் சொல்லி, மனமாற்றம் செய்து மீண்டும் எங்களை சராசரிப் பெண்களாக வாழ வழிசெய்கின்றன. என் வாழ்க்கையில் அப்படி வந்த ஒருவர் ஹரிஹரன் சார். பாலியல் தொழில் தமிழர்களின் பண்பாட்டுக்கு எதிரானது. பாலியல் தொழிலாளிகளும் பெண்கள்தான். திருந்த நினைக்கும் பாலியல் தொழிலாளிகளைச் சமூகம் ஏற்றுக்கொள்ள வேண்டும்.அரசும் திருந்த நினைக்கும் பாலியல் தொழிலாளிகளைத் தத்தெடுத்து, அவர்களுக்கு நிரந்தர வருமானத்தை ஏற்படுத்தி, அவர்களின் பிள்ளைகளின் வாழ்வாதாரத்துக்கு உறுதியளிக்க வேண்டும். எல்லாவற்றையும் விட அவர்களையும் சக மனுஷியாக ஒவ்வொருவரும் மதிக்க வேண்டும். அதுதான் என் விருப்பம்.

---

9 788184 932935

Printed by Libri Plureos GmbH in Hamburg, Germany